ஆர்.எஸ்.எஸ்-க்கு எதிராக இந்தியா

பினராயி விஜயன்
தமிழில்: கி.ரா.சு

பாரதி புத்தகாலயம்

RSS-kku Edhiraga India (in Tamil)

Pinarayi Vijayan

In Tamil: **Ki.Ra.Su**

Originally Published under the Title 'India vs RSS' Published by: LeftWord Books, New Delhi.

First Published: October, 2021

Published by

BHARATHI PUTHAKALAYAM

7, Elango Salai, Teynampet, Chennai - 600 018
Email: bharathiputhakalayam@gmail.com / www.thamizhbooks.com

ஆர்.எஸ்.எஸ்-க்கு எதிராக இந்தியா

பினராயி விஜயன்

தமிழில்: கி.ரா.சு

முதல் பதிப்பு: அக்டோபர், 2021

வெளியீடு:

பாரதி புத்தகாலயம்

7, இளங்கோ சாலை, தேனாம்பேட்டை, சென்னை - *600 018*
தொலைபேசி : *044-24332424, 24332924, 24356935*

விற்பனை நிலையங்கள்

மதுரை: *37A, பெரியார் பேருந்து நிலையம் - 045 22324674* | ***ஈரோடு:*** *39: 39 ஸ்டேட் பாங்க் சாலை - 9245448353*
திண்டுக்கல்: பேருந்து நிலையம் - *9942331105, 9976053719* | ***பழனி:*** பேருந்து நிலையம் அருகில் - *9442883696*
திருப்பூர்: *447, அவினாசி சாலை - 9486105018* | ***சேலம்:*** பாலம் 35, அத்வைத ஆஸ்ரமம் சாலை 0427 2335952
திருவல்லிக்கேணி: *48,* தேரடி தெரு - *9444428358* | ***வடபழனி:*** பேருந்து நிலையம் எதிரில் அடையார் ஆனந்தபவன் மாடியில் - *9444476967* | ***பெரம்பூர்:*** *52,* கூக்ஸ் ரோடு - *9444373716*
திருவாரூர்: *35,* நேதாஜி சாலை - *9442540543* | ***சேலம்:*** *15,* வித்யாலயா சாலை சாலை
திருநெல்வேலி: *25கி, ராஜேந்திரநகர் - 9442149981*
மதுரை: *சர்வோதயா* மெயின்ரோடு | ***குன்னூர்:*** N.K.N வணிக வளாகம் பெட்போர்ட்
செங்கல்பட்டு: *1* D ஜி.எஸ்.டி சாலை - *044 27426964* | விருதுநகர்: *131,* கச்சேரி சாலை - *0456 2245300*
கும்பகோணம்: *352, ரயில் நிலையம் எதிரில் - 9443995061* | ***வேலூர்:*** பேஸ் III, சத்துவாச்சாரி - *9442553893*
நெய்வேலி: பேருந்து நிலையம் அருகில், - *9443659147*
தஞ்சாவூர்: காந்திஜி வணிக வளாகம் காந்திஜி சாலை - *9655542400*
கோவை: *77, மசக்காளிபாளையம் ரோடு, பீளமேடு - 8903707294*
திருச்சி: வெண்மணி இல்லம், கரூர் புறவழிச்சாலை - *9994289492*
திருவண்ணாமலை: *முத்தம்மாள் நகர்* | ***நாகர்கோவில்:*** *699 கே.பி.ரோடு R.A.புரம் - 9443450111*
சிதம்பரம்: 22A / 18B தேரடி கடைத் தெரு, கீழவீதி அருகில் - *9994399347*
கரூர்: நாரத கானசபா அருகில் (TNGEA OFFICE) - *9442706676*
காரைக்குடி : *12, 2* வது தெரு, கம்பன் மணிமண்டபம் பின்புறம் - *9443406150*
பாண்டிச்சேரி : கிழக்-கு கடற்கரைச்சாலை, இலாசுப்பேட்டை, *9486102777*
அருப்புக்கோட்டை: கதவுஎண் *49 A/4* மெயின் ரோடு, தெற்கு தெரு - *9994173551*

நினைத்த நூல்கள்... நினைத்த நேரத்தில்... BharathiTV | www.bookday.in

thamizhbooks.com 8778073949

அச்சு : பிரிண்டெக், சென்னை - *600 005.*

உள்ளே..

பதிப்புரை[1]

வலதுசாரிகள் எழும்போது, மற்றவர்கள் யாராக இருந்தாலும், அவர்கள் விரும்பினாலும் விரும்பாவிட்டாலும், அவர்கள் இடதுசாரிகள் என முத்திரை குத்தப்படுகிறது. உண்மையில் அவர்கள் பலரும் அப்படியானவர்களல்ல. பாரக் ஒபாமாவிடமோ, கிளிண்டனிடமோ, சோனியா காந்தியிடமோ, மம்தா பானர்ஜியிடமோ இடதுசாரிகள் என்று கூறும் வகையில், அப்படி எதுவும் கிடையாது. மாறாக, அவர்கள் வலதுசாரிகள் என்று முத்திரை குத்தும்படியாக, அவர்களது நிகழ்ச்சி நிரலிலும், செயல்பாடுகளில் ஏராளமாக உண்டு. எனினும் தீவிர வலதுசாரிகளான டிரம்பிலிருந்து மோடி வரை, எர்டோகனிலிருந்து டுதெர்த் வரை தம்மை எதிர்க்கும் யாரையும் இடதுசாரி என்று முத்திரை குத்தி விடுகிறார்கள்.

உண்மையான இடதுசாரிகள் எங்குள்ளனர்? அவர்கள் எதற்காகப் போராடுகின்றனர்? எதை எதிர்க்கின்றனர்?

நரேந்திர மோடி பிரதமராக இருக்கும் காலத்தில் அவரை நேரடியாக விமர்சிக்கும் தேர்ந்தெடுக்கப்பட்ட அரசியல் ஆளுமை ஒருவர் உண்டு. அவர்தான் கேரள முதலமைச்சர் பினராய் விஜயன். திரு. மோடியின் அரசாங்கத்துக்கெதிராக இவ்வளவு துணிச்சலை பினராய் விஜயனுக்குக் கொடுத்தது எது? இதற்கு ஒரு காரணம் அவர் கல்வி, கேள்விகளின் கோட்டையாகத் திகழும் கேரள மாநிலத்தின் பிரதிநிதி என்பதாகும். ஆனால் மிக முக்கியமாக அவர் இந்திய கம்யூனிஸ்ட் கட்சி (மார்க்சிஸ்ட்) யின் உறுப்பினர். திரு.மோடி மற்றும் அவரது பாரதிய ஜனதா கட்சியின் எதாவது அம்சத்துடன் முரண்பட்டு நிற்கும் பல்வேறு அரசியல் பகுதியினர் இந்தியாவில் உண்டு. ஆனால் அதன் ஒட்டுமொத்த சமூக, அரசியல் பொருளாதாரப் பார்வைக்கு நேர் எதிராக கம்யூனிஸ்ட் இயக்கம் நிற்கிறது. அதன் இந்து ராஷ்டிரம், இந்துத்துவா கோட்பாடுகளுக்கு எதிராக மட்டுமல்ல, அதன் உயர்சாதி மேலாதிக்கப் பார்வை, அதன் தாராளமயப் பொருளாதாரக் கொள்கைகள், அதன் அமெரிக்க சார்பு வெளியுறவுக் கொள்கை அனைத்துக்கும் எதிராக நிற்கிறது.

---

1 ஆங்கில பதிப்பிற்கானது

பாஜகவின் தத்துவம், கண்ணோட்டம், கொள்கைகள் ஆகியவற்றின் எந்தப் பகுதியுடனும் கம்யூனிஸ்டுகள் சமரசம் செய்துகொள்ள மாட்டார்கள். இது இந்தியாவில் பாஜகவுக்கு எதிரான மற்ற எந்தக் கட்சிக்கும் பொருந்தாது. காங்கிரஸ் கட்சி புதிய தாராளமயக் கொள்கைகளையும், அமெரிக்க ஆதரவு வெளியுறவுக் கொள்கையையும் தொடங்கி வைத்தது என்றால், மாநில முதலாளித்துவக் கட்சிகள் உள்ளிட்ட மற்ற கட்சிகள், ஏதோ ஒரு கட்டத்தில் அவற்றுடன் ஒத்துப் போயுள்ளன அல்லது ஏதோ ஒரு சமயத்தில் பாஜகவுடன் அணி சேர்ந்துள்ளன. இந்துத்துவாவுடனும், அது பிரதிநிதித்துவப்படுத்தும் அனைத்துடனும் கம்யூனிஸ்டுகள் மட்டுமே சமரசமின்றி எதிர்த்து நிற்கின்றனர். பாஜகவும் அதன் கொள்கைகளும் ஏற்கெனவே இந்தியாவின் சமூகக் கட்டமைப்பை சிதைக்கத் தொடங்கி விட்டன என்பதையும், மக்கள் தமது அபிலாஷைகளை வெல்லும் வாய்ப்புகளை சீர்குலைக்கத் தொடங்கி விட்டன என்பதையும் கம்யூனிஸ்டுகள் உணர்ந்துள்ளனர்.

இந்தியாவின் பல்வகை சமூக வளர்ச்சியை ஊக்குவிக்க, தமது உறுதியான உணர்விலிருந்து கம்யூனிஸ்டுகள் பின்வாங்க மாட்டார்களென்பது பாஜகவுக்கும், அதன் சங் பரிவாரத்துக்கும் தெரியும். பணக்காரரர்களின் ஆதிக்கத்துக்கு மாறாக, பாஜக, ஆர்.எஸ்.எஸ்.சைப் பின்பற்றுவோருக்கு மாறாக, கம்யூனிஸ்டுகள் மக்களால் வழிநடத்தப்படும் ஒரு சமூகத்தை உருவாக்க விரும்புவார்கள் என்பது அவர்களுக்குத் தெரியும். திரிபுராவில் பாஜக வென்ற பிறகு இடதுசாரிகள் மீதான அவர்களது பழிவாங்கும் போக்கு – லெனின் சிலை உடைக்கப்பட்ட முறையாக இருந்தாலும் சரி, கம்யூனிஸ்டுகளின் வீடுகளும், அலுவலகங்களும் தாக்கப்பட்ட முறையாக இருந்தாலும் சரி, தெளிவாக வெளிப்பட்டது. திரு.மோடி சிலைகள் உடைக்கப்படுவதற்கு எதிராகப் பேசினார். அது லெனின் சிலையோ, பெரியார் சிலையோ உடைக்கப்பட்ட போது அல்ல, மாறாக ஷாமா பிரசாத் முகர்ஜியின் சிலைகள் உடைக்கப்பட்ட போதுதான் பேசினார். இங்கு ஒரு ஆழமான மோசடி உண்டு. பாபர் மசூதியை சங் பரிவாரம் இடித்துத் தள்ளியபோதோ, அவர் குஜராத் முதல்வராக இருந்தபோது முஸ்லிம்கள் திட்டமிட்டுப் படுகொலை செய்யப்பட்ட போதோ, டாக்டர் அம்பேத்கர் சிலைகள் தொடர்ந்து சேதப்படுத்தப்பட்ட போதோ, முஸ்லிம்கள், தலித்துக்கள் தொடர்ந்து சிதைத்துக் கொல்லப்பட்ட போதோ, திரு.மோடிக்குப் பேசுவதற்கு எதுவும் இருக்கவில்லை. அவருடைய தத்துவம் வெறுப்பில் தோய்ந்த ஒன்று. எப்போதும் தேர்ந்தெடுக்கப்பட்ட மௌனம் மூலம் அதற்குத் திரைபோட முயல்கிறார்.

கம்யூனிஸ்டுகள் அரசியல் சக்திகள். அவர்களுக்கு ஒரே ஒரு திட்டம்தான் உண்டு. அநீதிக்கு எதிராகப் போராடுவது, சோசலிசத்தைக் கட்டுவது. சங்பரிவாரத்துக்கு எதிராக இந்தியாவில் வேறு எந்த அரசியல் சக்தியும் அவ்வளவு உறுதியுடன் இருக்காது. வேறு எந்த அரசியல் சக்தியையும் அவர்கள் இவ்வளவு தூரம் வெறுக்க மாட்டார்கள். அவர்கள் முஸ்லிம்களையும், தலித்துக்களையும் இழிவுபடுத்துமளவுக்குக் கம்யூனிஸ்டுகளையும் வெறுக்கிறார்கள் என்று நாம் கூற முடியும்.

பினராய் விஜயனின் சில உரைகளும், சில கட்டுரைகளும் இந்தச் சிறு புத்தகத்தில் தொகுக்கப்பட்டுள்ளன. பாஜக மற்றும் அதன் தலைமை அமைப்பான ராஷ்ட்ரிய சுயம் சேவக் சங்கின் (ஆர்.எஸ்.எஸ்.) மீது பினராயின் நேரடியான விமர்சனங்கள் அதன் மையமாக விளங்குகின்றன. பாஜக, ஆர்.எஸ்.எஸ். சால் ஏற்படக்கூடிய அபாயங்கள் குறித்து விஜயன் ஒரு பேட்டியில் குறிப்பிடுகிறார்:

நாட்டின் தற்போதைய அரசியல் சூழலைப் பார்த்தீர்கள் என்றால், நாம் ஒரு ஆபத்தான காலகட்டத்தைக் கடந்து கொண்டிருக்கிறோம். ஏனென்றால் பாஜக மற்ற அரசியல் கட்சிகளைப் போன்றதொரு அரசியல்கட்சியல்ல. அது ஆர்.எஸ்.எஸ்.சால் கட்டுப்படுத்தப்படுகிறது என்பது அதை மற்ற கட்சிகளிடமிருந்து வேறுபடுத்துகிறது. ஜெர்மனியில் இட்லர் அமல்படுத்திய அதே தத்துவம்தான் ஆர்.எஸ். எஸ்.சுடையது. அவர்களது அமைப்பின் கட்டமைப்பு முசோலினியின் பாசிச அமைப்பினுடையது போன்றது. ஆக, ஒரு ஸ்தாபனம் பாசிச அமைப்பையும், நாஜி தத்துவத்தையும் கொண்டு கட்சியை வழிநடத்தும்போது, அதன் ஆபத்துகள் மிகப்பெரியது. அதனால்தான் நாம் இன்று இந்தியாவில் பாசிசப் போக்குகளைப் பார்க்கிறோம். நாட்டில் ஆர்.எஸ்.எஸ்.சின் கொள்கைகளை அமலாக்கும் கடமையைக் கொண்ட அரசியல் கட்சி பாஜக. அதை நாம் பல சமயங்களில் கண்டிருக்கிறோம். பாஜகவுக்காக முக்கிய முடிவுகளை நேரடியாக எடுப்பது ஆர்.எஸ்.எஸ்.தான் என்பது தெளிவு. ஆர்.எஸ்.எஸ்சின் கொள்கைகள் நமது நாட்டின் நலன்களுடன் ஒத்துப் போகக் கூடியவையல்ல. ஆர்.எஸ்.எஸ். மதச்சார்பின்மையை ஏற்பதில்லை. இந்திய அரசியல் சாசனத்தில் குறிப்பிடப்பட்டுள்ள மதச்சார்பின்மையைக் கூட மத்திய அமைச்சர்களே தாக்கிய சம்பவங்கள் உண்டு. இது மதச்சார்பின்மை மீது நேரடியான தாக்குதல் தொடுக்கிறது. நம்முடையதைப் போன்ற ஒரு பன்முகத்தன்மை கொண்ட ஒரு நாட்டுக்கு இது விடுக்கும் மிரட்டல் பிரமாண்டமானது.

நமது அரசியலமைப்பின் பண்புகள் மீது நடத்தப்படும் இந்தத் தாக்குதலுக்கெதிராக நாம் உறுதியான எதிர்ப்பை உருவாக்க வேண்டும்.

காங்கிரஸ், பாஜக இரண்டுமே வலதுசாரிப் பொருளாதாரக் கொள்கையைப் பிரதிநிதித்துவப்படுத்துபவை. தாராளமயம், உலகமயம் அல்லது தனியார்மயம் எதிலுமே அதை அமல்படுத்துவதில் காங்கிரஸ் முன்நிற்கிறது. பாஜகவும் அதே பொருளாதாரக் கொள்கைகளைத்தான் பின்பற்றுகிறது. பொருளாதாரக் கொள்கைகளில் பெரிய வேறுபாடு இல்லாததால் அவை பொதுவான அம்சத்தையே பிரதிநிதித்துவப்படுத்துகின்றன. இதனால்தான் பாஜக காங்கிரசைத் தனது முக்கியமான எதிரியாகப் பார்ப்பதில்லை.

பாஜகவுக்கு இடதுசாரிகள்தான் முக்கிய எதிரிகள். இன்றைய இந்தியாவில் இடதுசாரிகள் வலுவான சக்தியாக இல்லை. எனினும் கூட பாஜக இடதுசாரிகளைக் கண்டு அஞ்சுகிறது . . .

பாஜகவும், ஆர்.எஸ்.எஸ்.சும் சமூகத்தில் வகுப்புவாதப் பிரச்சனைகளைக் கிளறிவிட்டு அதிலிருந்து அரசியல் ஆதாயம் பெற முயல்கின்றன. அதற்கு எதிர்வினையாக, நாம் ஆர்.எஸ்.எஸ். சுக்கெதிராக அனைத்துப் பகுதிகளிலிருந்தும் மக்களைத் திரட்ட வேண்டும். அத்தகையதொரு எதிர்ப்பைக் காட்டுவதில் அனைத்து ஜனநாயக சக்திகளுக்கும் ஒரு பங்கு உண்டு.

சமரசமற்ற இந்த அணுகுமுறை குறித்து பாஜகவுக்கும் அதன் சங் பரிவாரத்துக்கும் தெரியுமென்பதால்தான் அரசியல் களத்தில் கம்யூனிஸ்டுகள்தான் அதன் தாக்குதலுக்கு முதன்மையான இலக்காக உள்ளனர். (சமூகக் களத்தில் முஸ்லிம்கள், தலித்துக்கள், பழங்குடியினருக்கெதிராக பாஜகவும், சங் பரிவாரமும் சென்றுள்ளன). ஆகவே பினராயி விஜயனைப் படுகொலை செய்யுமாறு பலமுறை ஆர்.எஸ்.எஸ். அழைப்பு விடுத்தது ஆச்சரியமல்ல, (2017 மார்ச்சில் ஆர்.எஸ்.எஸ். தலைவர் குந்தன் சந்திராவத் அவரது தலைக்கு ஒரு கோடி ரூபாய் விலை என்று படோடபடமாக அறிவித்தார்.[2]) கடும் நிர்ப்பந்தத்துக்குள்ளான ஆர்.எஸ்.எஸ். சுக்கு சந்திராவத்தை நீக்க வேண்டிய நிலை ஏற்பட்டது. ஆனால், சந்திராவத்தின் கருத்துகளை ஆர்.எஸ்.எஸ்.முழுமையாக மறுக்கவில்லை. அவர் குஜராத்தில்

---

2. 'கேரள முதல்வர் பினராய் விஜயனைக் கொல்ல ஒரு கோடி பரிசு அறிவித்தார் ஆர்.எஸ்.எஸ். தலைவர். குஜராத் கலவரத்தில் 2000 பேரைப் புதைகுழிக்கு அனுப்பியதாகவும் கூறினார்'. மிலிண்ட் கட்வாய், இந்தியன் எக்ஸ்பிரஸ், 2017, மார்ச் 2.

முஸ்லிம்கள் படுகொலை செய்யப்பட்டதற்கு மகிழ்ச்சி தெரிவித்திருந்தார். *(நாங்கள் 2000 பேரை புதைகுழிக்கு அனுப்பினோம்.)*

கேரள மாநிலத்திலும், பிரதேசத்திலும் ஆர்.எஸ்.எஸ்.சின் பயங்கரவாத வேர்களை விஜயன் அம்பலப்படுத்துகிறார். இந்தப் பகுதியில் தமது அரசியல் பலவீனத்தைக் களைய இதுதான் ஆர்.எஸ்.எஸ். – பாஜகவின் வழிமுறை என்று சுட்டிக் காட்டுகிறார். தேர்தல் ஆதாயத்துக்காகவும், அதன் மூலம் ஸ்தாபன ஆதாயத்துக்காகவும் பாஜகவும், ஆர்.எஸ்.எஸ்.சும் பல்வேறு வகையான வன்முறைகளை மற்ற மாநிலங்களில் கட்டவிழ்த்து விட்டவை என்பதால் நாம் இதனை மனதில் வைத்துக்கொள்ள வேண்டும்.

இங்கு கொடுக்கப்பட்டுள்ள விஜயனின் உரைகள், எழுத்துகளின் மையப்புள்ளியாக 'ஆர்.எஸ்.எஸ். அரசின் ஆபத்துகளை அடையாளம் காண்பதும், அனைத்துப் பகுதிகளிலிருந்தும் தெளிவான, குறிப்பான எதிர்ப்பைக் காட்டுவதற்கு அழைப்பு விடுப்பதும் ஆகும். அது தேர்தல் சமயத்தில் மட்டுமல்ல, சங் பரிவாரின் கொள்கைகள் கலாச்சாரத் திணிப்புக்களுக்கெதிராகச் செய்யப்பட வேண்டும். இவற்றைப் படிப்பது அவசியமானது.

''ஆனால் புத்தகத்துக்குள் இவை மட்டுமே இல்லை, புதிய-தாராளமயக் கொள்கைகளிலும், குறிப்பாக முதலாளித்துவத்திலும் பாஜக /ஆர்.எஸ்.எஸ்.சிடம் மாற்று கிடையாது என்ற தெளிவான பார்வையையும் காண்கிறோம். ஒரு இடதுசாரி மாற்று அதிகாரம் அவசியமானது. அதனை கேரளாவில் இடதுசாரிகளின் கொள்கைகளில் காணலாம். ஆனால் அது மக்கட் பரப்பின் முக்கியமான பகுதிகளின் போராட்டத்திலும் கருக்கொள்கிறது. தொழிலாளர்கள், விவசாயிகள் இந்தப் பகுதியினர் அவர்களோடு பெண்கள், பழங்குடியினர், தலித் மக்கள் இஸ்லாமியர் ஆகிய ஒடுக்கப்பட்டோரும் அடக்கம். ஒரு புதிய எதிர்காலத்தைத் தொலைநோக்குடன் காண இடது ஒரு முக்கியமான பகுதி என்பதை விஜயனின் உரைகளும், கட்டுரைகளும் காட்டுகின்றன. அதை உருவாக்க கேரளா போன்று இடது ஆட்சி நடக்கும் பகுதிகளில் முடிந்தவரை அவற்றை அமலாக்குவதும் தேவையானது என்பதையும் அவை காட்டுகின்றன.

பிரபா வர்மா, சாமுவேல் பிலிப் மாத்யூ, சுபின் டென்னிஸ் ஆகியோரின் முக்கியமான பங்கில்லாமல் இப்புத்தகம் வெளிவந்திருக்காது.

விஜய் பிரசாத், சுதன்வா தேஷ்பாண்டே

லெஃப்ட்வேர்ட் புக்ஸ்.

ஆபத்தில் மக்களாட்சி

தில்லி பத்திரிகையாளர் சங்கமும், தேசியப் பத்திரிகையாளர் கூட்டணியும் இணைந்து நடத்தும் இந்தக் கருத்தரங்கில் கலந்து கொள்வதில் நான் மகிழ்ச்சியடைகிறேன்[3]. மகிழ்ச்சி என்று ஏன் சொல்கிறேன் என்றால் கேரளா குறித்து தேசிய ஊடகங்கள் உட்பட சில குறிப்பிட்ட ஊடகங்கள் ஒருதலைப்பட்சமான செய்திகளை வெளியிடுவது பற்றி இங்கு விவாதிக்கப்படுகிறது என்பதுவாகும்.

இக்கருத்தரங்கை ஏற்பாடு செய்திருக்கும் நீங்கள் இந்தத் தலைப்பைத் தேர்ந்தெடுத்ததன் மூலம், மாநிலத்துக்கெதிராக ஒரு திட்டமிட்ட பிரச்சாரம் நடைபெறுவதை அங்கீகரித்துள்ளீர்கள். இங்கு கருத்தரங்கில் கலந்துகொள்ள வந்திருக்கும் நீங்களும் இந்த உண்மையுடன் உடன்படுகிறீர்கள். பல்வேறு ஊடக மையங்கள் ஆக்ரோஷமாகக் கேரளாவைக் குறி வைத்துக் கொண்டிருக்கும்போது, மாநிலத்துக்கெதிரான பிரச்சாரத்துக்கு எதிராகப் பத்திரிகையாளர்களே முன்வந்திருப்பது ஆறுதலாக உள்ளது. இதன் பொருள் என்னவென்றால், முதலாளிகள் அவர்களது கேரள மாநிலத்தைப் பற்றித் தமது வர்த்தக நலன்களுக்காக மோசமான சித்திரத்தைத் தீட்ட முனைந்தாலும், கேரளாவைப் பொறுத்தவரை, தொழிலாளர்கள் உண்மையின் பக்கம் நிற்கிறார்கள் என்பதாகும்.

உண்மையைச் சொல்வதற்கு விலை கொடுக்க வேண்டிய காலகட்டத்தில் நாம் வாழ்கிறோம். கருத்து வேறுபாடுகளோ, மாற்றுக் கருத்துகளோ மோசமான விளைவுகளைச் சந்திக்கும் என மிரட்டப்படுகின்றன. நமது மாணவர்களுக்கெதிராக எவ்வாறு தேசத்துரோகக் குற்றச்சாட்டுக்கள் ஜோடிக்கப்பட்டன என்பதை நாம் அறிவோம். கலாச்சார செயல்பாட்டாளர்களும் கூட மிரட்டப்பட்டுள்ளனர். நரேந்திர தபோல்கர், கோவிந்த பன்சாரே, எம். எம்.கல்புர்கி போன்றோர் கொலை செய்யப்பட்டுள்ளனர். சமீப காலத்தில் கௌரி லங்கேஷ், சாந்தனு பௌமிக் போன்ற பத்திரிகையாளர்கள் கூட விலை கொடுக்க வேண்டி வந்தது.

---

3. *2017 அக்டோபர் 15 அன்று புதுதில்லி கேரளா கான்ஃப்ரன்ஸ் அரங்கில் தில்லி பத்திரிகையாளர் சங்கமும், தேசிய பத்திரிகையாளர் சங்கமும் நடத்திய கருத்தரங்கில் துவக்க உரை.*

ஏன் கேரளா குறி வைக்கப்படுகிறது? விடை என்னவென்றால், அந்த மாநிலம்தான் மதச்சார்பின்மை, மக்களாட்சி, சோசலிசம் ஆகிய மாண்புகளை உயர்த்திப் பிடிக்கிறது என்பதாகும். வகுப்புவாதமோ, பணமதிப்பிழப்போ, புதிய தாராளமயமோ, சலுகைசார் முதலாளித்துவமோ எதுவாக இருந்தாலும், தனது கண்டனத்தைப் பதிவு செய்யும் முதல் மாநிலமாகக் கேரளாதான் உள்ளது. இதனால் ஆட்சியிலிருப்போர் வெறுப்புக் கொள்வது இயல்புதான். எனவேதான் கேரளா தொடர்ந்து தாக்கப்படுகிறது.

கடந்த ஆண்டு சட்டசபைத் தேர்தல் நடந்தது முதலே கேரளாவை ஏளனப்படுத்தி, பயமுறுத்தும் முயற்சிகள் தொடர்ந்து நடந்து வருகின்றன. குறிப்பாக 2016 கோடைக்காலத்தில் கேரளாவில் மிகவும் வெப்பம் அதிகமாகி இருந்தது. குழந்தை இறப்பு விகிதத்தில் கேரளாவை சோமாலியாவுக்கு ஒப்பிட்டதன் மூலம் வெப்பம் மேலும் அதிகரித்தது.

ஆனால், அந்த வெப்பத்தின் தாக்கத்தால் பாதிக்கப்பட்டவர்கள் மலையாளிகளல்ல; மாறாக இந்தப் பொருந்தாத ஒப்பீட்டைச் செய்த மனிதனே. அரசியல் வேறுபாடுகளைக் கடந்தும், உலகெங்கிலும் இருந்தும் மலையாளிகள் ஒன்றுபட்டு ஒரு டிரெண்டிங் ஹாஷ்டாக் மூலம் இந்த மனிதனைக் கிண்டலடித்தனர். பின்னர் கிடைத்த தகவல்களின்படி உண்மை என்னவென்றால் அந்த மனிதன் சார்ந்த மாநிலம்தான் குழந்தை இறப்பு விகிதத்தில் சோமாலியாவுக்கு அருகில் உள்ளது.

அடுத்து வந்தது பணமதிப்பு நீக்கம். இம்முறை கேரளா மட்டும் தனித்துத் தாக்குதலுக்கு ஆளாகவில்லை. அது நாடு முழுவதன் மீதும் நடத்தப்பட்ட தாக்குதல். ஆனால் அதற்கு எதிர்ப்பு உடனடியாக, அறிவிப்பு வந்த நாளின் மாலையிலேயே கேரளாவில் கிளம்பியது. விரைவில் இந்தியா முழுவதிலிருந்தும் இந்த நடவடிக்கையின் பலன்கள் குறித்துக் கேள்வி கேட்கத் தொடங்கினர். புதிதாக ரூபாய் நோட்டுகளை அச்சிடுவதற்கான செலவு அப்போது ஏற்கெனவே புழக்கத்திலிருந்து நோட்டுகளைத் திரும்பப் பெறுவதன் பின்னாலிருந்த நோக்கங்களைத் தோல்வியடையச் செய்து விடுமென்பது விரைவில் உணரப்பட்டது.

பணமதிப்பு நீக்கம் ஒட்டுமொத்தப் பொருளாதாரத்தையே அப்படியே நிறுத்தியது. மேலும் நூறு இந்தியர்களின் உயிரையும் அது பறித்தது. கறுப்புப்பணத்தை ஒழிப்பதிலும் அது பரிதாபமாகத்

தோற்றது. சுருக்கமாகச் சொன்னால், பணமதிப்பு நீக்கம் கற்பனைக்கும் எட்டாத வகையில் முட்டாள்தனமானது. அது பேரழிவில் முடிந்தது. அப்போது கேரளா சுட்டிக்காட்டியது இப்போது நிரூபணமாகியுள்ளது.

எது பணமதிப்பு நீக்கம் செய்வதற்குத் தூண்டுகோலாக இருந்தது என்பதை மத்திய அரசோ, மத்திய ரிசர்வ் வங்கியோ தேசத்தை ஒப்புக் கொள்ளச் செய்ய முடியவில்லை. இதுவே இந்த முடிவு மோசமானது என்பதையும், பக்குவமற்றது என்பதையும் சந்தேகமின்றி நிரூபிக்கிறது. திரும்பி வந்த நோட்டுகள் எவ்வளவு, போலி ரூபாய் நோட்டுகள் எவ்வளவு, கறுப்புப்பணம் எவ்வளவு என்பது போன்ற கேள்விகளில் உச்சநீதிமன்றமே குழப்பத்துக்குள்ளானது. இந்த விவரங்கள் சீக்கிரத்தில் வெளியிடப்படாது என்று தோன்றுகிறது.

கடந்த கோடைக்காலம் முதல் கேரளா ஒருமித்தகுரலில் பேசி வரும் இரண்டாவது சம்பவம் இது. இப்போது மத்திய அரசு கடைப்பிடிக்கும் மக்கள் விரோதக் கொள்கைகளுக்கெதிராகக் கேரளா தன் குரலை உயர்த்தியது. பணமதிப்பு நீக்க நடவடிக்கையுடன் கேரளா கூட்டுறவு சங்கங்கள் மீது மறைமுகமான தாக்குதல் வந்தது. அவை கேரளாவை நிதி விஷயத்தில் கேரளாவை அனைவரையும் உள்ளடக்கிய ஒரு மாநிலமாக மாற்றுவதில் கருவியாகச் செயல்பட்டவை. இந்தியாவின் 'மாதிரி மாநிலங்கள்' என்று அழைக்கப்படுபவற்றை விடக் குறைவான அசமத்துவம் கொண்ட மாநிலம் கேரளா.

கேரளக் கூட்டுறவு அமைப்புகள் கறுப்புப் பணத்தை சேமித்து வைக்கும் இடங்கள் என்பது போல் கதைகள் இட்டுக் கட்டப்பட்டன. உண்மையில் கேரளக் கூட்டுறவுகளில் உள்ள பணம் உழைக்கும் கேரள மக்களின் வியர்வையால் உருவான பலன். இது ஒவ்வொரு கேரளீயனுக்கும் தெரியுமென்பதால், குறைந்தபட்சம் மலையாளிகளிடம் கேரளக் கூட்டுறவுகளின் பிம்பத்தைக் கெடுக்க நினைத்த முயற்சி வெற்றி பெறவில்லை. கேரளாவில் நடைபெற்ற பிரச்சாரத்துக்கு மாறாக, இந்தப் பிரச்சாரம் புறப்பட்ட பகுதிகளைச் சேர்ந்த கூட்டுறவுகளில்தான் பெருமளவு கறுப்புப் பணம் போடப்பட்டதாகத் தெரிய வந்தது.

கேரள மக்கள் தமது கூட்டுறவுகளுக்கு வெளிப்படையாக ஆதரவு தெரிவித்தனர். அவை தமது நிதிநெருக்கடிகளின்போது அதைக் கடக்க எவ்வாறு உதவின என்பதை அவர்கள் விவரித்தனர். பணமதிப்பு நீக்கத்துக்குப் பின்னர் கூட்டுறவுத் துறையின்பால் மத்திய அரசு காட்டிய பாரபட்சத்தைக் கேரள மக்கள் சமரசமின்றிக் கேள்வி கேட்டபோது,

இம்மக்களின் நிறுவனங்களைக் காப்பாற்ற வேண்டியதன் தேவையை உச்சநீதிமன்றமும் உணர்ந்தது. மீண்டும், கேரளாவின் ஒன்றுபட்ட குரல் தேசிய அளவில் எதிர்ப்பை வழி நடத்தியது.

அதற்குப் பிறகு மிருகங்கள் மீதான கொடுமையைத் தடுக்கும் அரசாணை வந்தது. அது நிதர்சனத்தில் மாட்டிறைச்சி மீதான தடையாக இருந்தது. அதை எதிர்ப்பதில் மீண்டும் கேரளா முன் நின்றது. மக்கள் மாட்டிறைச்சித் திருவிழாக்கள் நடத்தியது மட்டுமல்ல, அது நமது கூட்டாட்சித் தத்துவத்துக்கு எவ்வாறு மாறானது, எவ்வாறு மாநிலங்களின் உரிமைகளில் குறுக்கிடுகிறது, பால்பண்ணை, இறைச்சி, தோல் தொழில்களை எவ்வாறு மோசமாக பாதிக்கிறது என்பது குறித்துப் பேசினர். மிகவும் நலிந்த பாதகமான நிலையில் இருக்கும் சமூகங்களை எவ்வாறு இத்தகைய கட்டுப்பாடுகள் பாதிக்கின்றன என்பது விவாதிக்கப்பட்டது. மற்ற மாநிலங்களும் விரைவில் பின்தொடர்ந்தன. அந்த ஆணைக்குப் பின்னால் இருந்தவர்கள் மாநிலங்களின் கருத்துகளின் அடிப்படையில் இந்த ஆணையை மறுபரிசீலனை செய்வதாக ஏற்றுக்கொள்ள வேண்டிய நிலை ஏற்பட்டது. ஆனால், இதுவரை அவர்கள் அதை நோக்கிச் செல்லவில்லை.

இதற்கு முன்பாக, கேரளாவில் இருக்கும் இந்துக்களுக்கு எவ்வாறு ஆபத்து உள்ளது என்பது பற்றி ஒரு மாதம் பிரச்சாரம் நடைபெற்றது. எனினும் அதற்கு உரிய பலன் கிடைக்கவில்லை. கொலை மிரட்டல்களை விடுத்து அவர்களது தலைவர்களே சிக்கலில் மாட்டிக் கொண்டனர். இவ்வாறுதான் 'கொலைக்களமான கேரளா' என்ற ஹேஷ்டேக் சமூக வலைதளங்களிலும், செய்தி சேனல்களிலும் பிரபலமானது. உடனடியாகக் களத்தில் இறங்கிய ஒட்டுமொத்தக் கேரள மக்களும் 'கேரளா முன்னேறுகிறது' எனவும், 'கேரளா நம்பர் *1*' என்றும் ஹேஷ்டேக்கைப் பரப்பினர்.

தற்போது கேரளத்தில் நடைபெறும் 'யாத்திரையின்' ஒரு பகுதியாக, மற்ற மாநிலங்களின் முதல்வர்கள் உள்ளிட்ட தேசியத் தலைவர்கள் மாநிலத்துக்கெதிராக அவதூறுப் பிரச்சாரத்தில் ஈடுபட்டனர். குழந்தைகளும், விவசாயிகளும் கொல்லப்பட்ட மாநிலங்களிலிருந்து அடுத்தடுத்து வந்த தலைவர்கள் குறுகிய இடைவெளிகளில் ஏதோ அவர்கள்தான் கேரளத்தின் மீட்பர்கள் என்பது போல் இங்கு வந்தனர். மீண்டும் சமூக வலைதளங்களில் டிரெண்டிங் ஹேஷ்டேக்குகள் அவர்களை வரவேற்றன. கேரளாவில் பேரணி நடத்த மற்ற மாநிலங்களிலிருந்து அவர்கள் ஆட்களைக் கொண்டு வந்தது ஏளனம்

செய்யப்பட்டு, தமது சொந்த மாநிலங்களில் பிரச்சனைகளை சரி செய்யுமாறு அவர்களிடம் கூறப்பட்டது.

`கேரளம்தான் இஸ்லாமிய தீவிரவாதத்தின் விளைநிலம் என்பது போன்ற பொறுப்பற்ற, ஆபத்தான அறிக்கைகளை பாஜக தலைவர்கள் விடுத்தனர். மாநிலத்தில் பல நூற்றாண்டுகளாக நிலவி வரும் வகுப்புவாத ஒற்றுமையைக் குலைக்க 'லவ் ஜிகாத்' போன்ற புதிய சொற்கள் கண்டுபிடிக்கப்பட்டன. மாநிலத்தின் மரியாதையைக் குலைக்க ஊடகத்தில் செய்திகள் விதைக்கப்பட்டன. இந்த அவதூறுப் பிரச்சாரத்தைப் புரிந்து கொண்ட கேரள மக்கள் இறுதியில் ஆர்.எஸ். எஸ். விளையாட்டை எதிர்க்கத் தொடங்கினர். சீண்டி விடும் கோஷங்களுடன் பாஜகவின் 'யாத்திரை' இடைத்தேர்தல் நடந்த தொகுதி மூலமாக ஏலம் வந்தது. ஆனால் இன்று வெளியிடப்பட்ட முடிவுகள் பாஜக எங்கே உள்ளது என்பதைக் காட்டிவிட்டன. அசிங்கமான தந்திரங்கள், வகுப்புவாத ரீதியில் கூறு போடுவது ஆகியவற்றை மீறி மிகவும் குறைந்து போன வாக்குகளுடன் பாஜக நான்காம் இடத்துக்கு சரிந்து விட்டது. இது பாஜகவுக்கு அதன் இடத்தைச் சுட்டிக் காட்டுவதுடன் உறுதியான எச்சரிக்கையையும் விடுக்கிறது; அவர்கள் கேரளத்தில் வாலாட்ட முடியாது.

'யாத்திரை' என்ற பெயரில் கேரளத்தில் வந்திறங்கிய தலைவர்களுக்கு இதயம் கனிந்த வரவேற்பை கேரள மக்கள் அளித்தனர் என்பதைக் கூற வேண்டிய தேவையில்லை. ஒரு புறம் கேரளத்தின் விருந்தோம்பலை ஏற்கவும், அதற்கேயுரிய உணவுகளை ருசிக்குமாறும், மனம் மயக்கும் சுற்றுலாத் தலங்களைப் பார்வையிடுமாறும் அவர்களைக் கேரள மக்கள் கேட்டுக் கொண்டனர். மறுபுறம் இந்தியாவை கேரளம் எவ்வாறு வழிநடத்துகிறது என்பதற்கான ஆதாரத் தகவல்களை அவர்கள் ஆர்வத்துடன் வெளியிட்டு, அதில் நாங்கள் ஒருபோதும் சோர்ந்து போக மாட்டோம் என்பதையும் வெளிப்படுத்தினர்.

நான் சார்ந்திருக்கும் கண்ணூரில் நடைபெறுவதாகக் கூறப்படும் வன்முறை குறித்து அதிகம் பேசப்படுகிறது. வரலாற்று உண்மைகளும், புள்ளி விவரங்களும் ஆர்.எஸ்.எஸ்.சை அம்பலப்படுத்தும். அங்கு வகுப்பு ஒற்றுமையை சீர்குலைக்க எண்ணற்ற முயற்சிகள் நடந்துள்ளன. முதலில் அங்கு மோசமான பணிச்சூழலுக்கு எதிராகப் போராடிக் கொண்டிருந்த பீடித் தொழிலாளர்களைத் தாக்குவதற்கு அவர்கள் ஒரு தனியார் இராணுவத்தை உருவாக்கினார்கள். 1970களின் முற்பகுதியில் ஆர்.எஸ்.எஸ். தலசேரியில் வகுப்புக் கலவரத்தைத் தூண்ட முயன்றது. இந்தக் கொடிய நிகழ்ச்சி நிரலைத் தோற்கடிப்பதில்

சி.பி.ஐ.(எம்.) ஆற்றிய நேர்மறைப் பங்கினை நீதிபதி வித்தயத்தில் கமிஷன் தெளிவுபடுத்தியுள்ளது. பின்னர் வகுப்பு ஒற்றுமையை சீர்குலைக்க ஆர்.எஸ்.எஸ். எண்ணற்ற முயற்சிகளை மேற்கொண்டது; ஒவ்வொரு வன்முறை சம்பவமும் அந்த மாவட்டத்தில் கால் பதிக்கும் ஒரு பெரும் திட்டத்தின் பகுதியேயாகும்.

விடுதலைப் போராட்டத்தின்போது ஆர்.எஸ்.எஸ். ஆற்றிய பங்கு என்னவென்பதை ஒவ்வொருவரும் அறிவர். மக்கள் எழுச்சி எதிலும் அவர்கள் பங்கு பெறவில்லை, ஒத்துழைக்கவுமில்லை. உண்மையில் கேரளத்தில் அவர்கள் எல்லா சீர்திருத்த அனைத்து இயக்கங்களுக்கும் எதிராக இருந்தனர். இப்போது பெரிய முரண்பாடு என்னவென்றால் மதத்தின் பெயரால் சீர்திருத்தவாதிகளைத் தன்வயப்படுத்திக் கொள்ள அவர்கள் விரும்புகிறார்கள் என்பதேயாகும்.

இப்போது நான் கேரளம் குறித்து சில உண்மைகளைக் கூறுகிறேன். மறைமுக ஆதரவு பிரச்சாரங்கள் என்று என்ன சொன்னாலும், உண்மைகள் மறுக்க இயலாதவையாக உள்ளன. சில காலம் முன்பு, மனிதவள சர்வதேச மையம் (ஐ.நா. வளர்ச்சித் திட்டத்தின் ஒரு பகுதி) மற்றும் இந்திய உயர்கல்வி மையம், புதுதில்லி ஆகியவை ஏற்பாடு செய்த துவக்க விழாவில் பேசிய நோபல் பரிசு பெற்ற புகழ்பெற்ற பொருளாதார நிபுணர் பேராசிரியர் அமர்த்தியா சென் கூறினார், “ஒரு தரமான வாழ்வை அளிப்பதில் கேரளத்திடமிருந்து நாம் நிறையக் கற்றுக் கொள்ள வேண்டியுள்ளது”. மிகவும் புகழப்படும் ‘கேரள வளர்ச்சி மாதிரியை ஆதரித்த அவர் சமூக குறியீடுகளில் மற்ற இந்திய மாநிலங்களை விட நாம் மிகவும் முன்னேறியுள்ளோம் என்ற புள்ளி விவரங்களையும் வெளியிட்டார்.

பின்னர் மனிதவள மேம்பாட்டுக் குறியீட்டில் நாட்டிலேயே கேரளம் மட்டுமே உச்சத்தில் இருப்பதாக ஐ.நா. பிரகடனம் செய்தது. மிகச் சமீபத்தில், குறிப்பாக இடதுசாரி முன்னணி பதவியேற்ற பின்னர் சட்ட ஒழுங்கில் இந்தியாவிலேயே கேரளம்தான் சிறந்து விளங்குகிறது என்று இந்தியா டுடே நிர்ணயித்தது. மற்ற பல தலங்களிலும் கேரளம் முன்னணியில் உள்ளதாக இந்தியா டுடே நிர்ணயித்தது. ஊடகக் கல்வி மையமானது ஊழலில் கேரளம் மிகவும் குறைவான ஊழல் கொண்ட பட்டியலில் உள்ளது என்று கணித்தது. பொது விவகாரங்கள் மையம் நடத்திய ஒரு ஆய்வு, பொதுவிவகாரக் குறியீட்டில் கேரளம் மற்ற அனைத்து மாநிலங்களையும் விட முதலிடத்தில் உள்ளதாகக் கணித்தது. இந்தக் காலகட்டத்தில் காப்ஸ் டுடே இண்டர்நேஷனலிடமிருந்து சிறந்த போலீஸ் விருதையும் கேரள போலீஸ் பெற்றது.

கல்வியறிவில் தொடர்ந்து கேரளம் நாட்டிலேயே முதலிடத்தில் உள்ளது. தற்போதைய இடதுசாரி ஜனநாயக முன்னணியின் ஆட்சியில் பல துறைகளில் மற்ற இந்திய மாநிலங்களைவிட முன்னேறி பொறாமைப்படத்தக்க இடத்திலுள்ளது கேரளம். அதிக மக்கள் தொகை அடர்த்தியுடன் இருந்தும், திறந்த வெளியில் மலம் கழிக்காத முதல் மாநிலமாகக் கேரளமே உள்ளது. இந்தியாவில் 100% மின்சாரம் பெற்ற முதல் மாநிலமும் கேரளம்தான்.

மாநில பட்ஜெட்டில் பட்டியலின சாதியினர், பட்டியலினப் பழங்குடியினரின் மக்கட்தொகை விகிதாச்சாரப்படி ஒதுக்கீடு செய்யும் ஒரே மாநிலம் கேரளா. நாட்டில் வேறு எந்த மாநிலமும் அந்தத் தலைப்பில் ஒதுக்கும் தொகையை விட கேரளா ஒதுக்கீடு செய்யும் தொகை அதிகம். தமது மக்களுக்கு இணையதளத்தை அணுகுவதை உரிமையாக அறிவித்த மாநிலம் கேரளம் மட்டுமே. கேரளா முதலிடம் வகிக்கும் விஷயங்களின் பட்டியல் முடிவற்றது. மூன்றாம் பாலினத்தவருக்கு இந்தியாவிலேயே ஒரு கொள்கையை உருவாக்கிய மாநிலம் கேரளம். கொச்சி மெட்ரோவில் அவர்களுக்குப் பணி வழங்கப்பட்டுள்ளது.

மிகக் குறைந்த குழந்தை இறப்பு விகிதம், அதிகபட்ச பாலின விகிதாச்சாரம், உயர்ந்தபட்ச ஆரோக்கியம், சராசரி வாழ்க்கை வயது, அதிகபட்ச வெளிநாட்டு பணவரவு, கிராமங்களில் நவீன சாலை வசதி, இலவசக் கல்வி, இலவச மருத்துவம் எனப் பலவற்றிலும் கேரளா நாட்டுக்கே வழிகாட்டியாக உள்ளது. பெண்கள் மீது மேலும் கவனம் செலுத்திய கேரளம் அவர்களுக்குத் தனித்துறை அமைத்ததுடன், மாநில பட்ஜெட்டில் 16% உடன் பாலினத் திட்டமிடலை மீண்டும் அறிமுகம் செய்தது. நமது போலீஸ் துறையில் பெண்களின் பங்கு 25%ஐ நோக்கி விரைந்து வருகிறது. பெண்களை மட்டுமே கொண்ட ஒரு பட்டாலியனையும் நாங்கள் உருவாக்கியுள்ளோம். முழுமையாகப் பெண்களால் நடத்தப்படும் காவல் நிலையங்களும் எங்களிடம் உள்ளன. பாலியல் குற்றங்கள் புரிபவர்களைப் பதிவு செய்து ஆவணப்படுத்தி வைத்திருப்பதையும் நாங்களே முதலில் செய்தோம்.

நாட்டிலேயே அதிகமான குறைந்தபட்சக்கூலி வழங்கும் கேரளம் ஏராளமான தொழிலாளர்களை வெளியிலிருந்து ஈர்த்திருப்பதுடன் அவர்களுக்கென்று சுகாதாரக் காப்பீடும் செய்துள்ளது. அவர்கள் மாநிலத்தில் அன்பாக வரவேற்கப்படுவதுடன் கேரள மக்களுடன் சமமாக நடத்தப்படுகின்றனர். எனினும் கூட சமீபத்தில் அவர்களிடம் அச்சத்தை விதைக்க வாட்சப்பிலும் பிற சமூக ஊடகங்களிலும்

போலியான படங்களும், பேச்சுக்களும் குரூரமாகப் பரப்பப்பட்டன. ஆனால் களநிலையை நேரடியாக ஆராயச் சென்றவர்களுக்குக் கேரள மண்ணில் எங்கும் புலம் பெயர்ந்த தொழிலாளர்களுக்கு எந்த ஆபத்தும் இல்லையென்பது தெரிந்தது. இப்போது மாவட்ட நிர்வாகங்களுடன் மாநில அரசு இணைந்து அவர்களது பாதுகாப்புக்கு உத்தரவாதம் கொடுக்கப்பட்டுள்ளது.

இதைப் போலவே, சமூக ஊடகத்தில் பொய்ப்பிரச்சாரம் செய்வதன் மூலமாக கேரளத்தின் பிம்பத்தைக் குலைக்கப் பல முயற்சிகள் நடந்தன. கேரளா ஒரு பாதுகாப்பற்ற இடம் என்று காட்ட சில பிரபலங்கள் ஒரு வீடியோவை டிவிட்டரில் பதிவிட்டனர். அதில் ஒரு படுகொலையைக் கேரளம் கொண்டாடுவதாகக் காட்டப்பட்டிருந்தது. ஆனால் அது ஒரு கால்பந்துப் போட்டியில் வெற்றியை ரசிகர்கள் கொண்டாடும் வீடியோ என்பது பின்னர் தெரிய வந்தது. அதேபோல் வேறு எங்கோ நடந்த ஒரு கலவரமும் கேரளாவில் நடந்தது போல் டிவிட்டரில் பதிவிடப்பட்டது.

முகநூலில் சாலைகளெங்கும் இறந்த பசுக்கள் கிடப்பது போன்ற படங்கள் கேரளத்தில் பசுக்கள் இரக்கமின்றிக் கொல்லப்படுகின்றன என்ற செய்தியுடன் பரப்பப்பட்டது. இதுவும் பின்னர் தவறென நிரூபணம் ஆனது. கௌரி லங்கேஷ் படுகொலை பற்றிய ஒரு தெரு நாடகம், இந்துப் பெண்கள் பட்டப்பகலிலேயே கேரளத்தில் கொல்லப்படுகின்றனர் என்ற செய்தியுடன் பரப்பப்பட்டது. அந்தப் பொய்ப் பிரச்சாரமும் முறியடிக்கப்பட்டது. இந்தப் பிரச்சாரங்கள் வகுப்புவாதக் கலவரத்தைத் தூண்டவே வலிந்து செய்யப்பட்டன என்பது தெளிவு.

மாநிலத்தில் முஸ்லிம்களுக்கெதிராகவும் பெரும் பிரச்சாரங்கள் நடந்தன. மலப்புரத்தில் இந்துக்கள் நிலம் வாங்க முடியாதென ஒரு செய்தி கூறியது. ஒரு முன்னாள் வெளியுறவுச் செயலாளர் உட்பட மலப்புரத்தைச் சேர்ந்த இந்துக்களே இந்தப் பொய்யை அம்பலப்படுத்தினர். புனித ரமலான் மாதத்தின்போது முஸ்லிம்கள் நிலாம்பூரில் ஒரு கோவிலைக் களங்கம் செய்தனர் என்ற வதந்தியும் சமூக ஊடகத்தில் பகிரப்பட்டது. எனினும் இதைச் செய்தவரை 24 மணி நேரத்தில் போலீஸ் கைது செய்தது; அவர் சங் பரிவாரைச் சேர்ந்தவர் என்பதும் தெரிந்தது. பெரும்பாவூரைச் சேர்ந்த முஸ்லிம்கள் அங்கு பன்றி இறைச்சி விற்க அனுமதிப்பதில்லை எனவும் கூறப்பட்டது. அதுவும் பொய்ப்பிரச்சாரம் என்பது தெரிந்தது.

இதற்கு மத்தியில் 'கேரளத்தைப் புறக்கணியுங்கள்' என்ற பிரச்சாரம் கேரள சுற்றுலாத் துறையைப் பணிய வைப்போம் என்ற கோஷத்துடன் முடுக்கி விடப்பட்டது. நமது சுற்றுலாத் துறையை ஸ்தம்பிக்க வைக்கும் நோக்குடன் மற்ற மாநில மக்கள் இங்கு வர வேண்டாமெனக் கேட்டுக் கொள்ளப்பட்டது. இது போன்ற பிரச்சாரங்கள் கேரளத்தின் சுற்றுலா வருவாயைக் குறிப்பிட்ட அளவு குறைக்கலாம். இத்தகைய பொய்ச் செய்திகளுக்கும், பொய்ப் பிரச்சாரங்களுக்கும் பின்னால் இருப்பவர்களுக்கு கேரள மக்கள் பற்றியோ அவர்களது வாழ்க்கை பற்றியோ எந்தக் கவலையும் இல்லையென்பது தெளிவு.

ஒருபுறம் அனைத்து இந்தியர்களையும் கேரள மண்ணில் சகோதர, சகோதரிகளாகக் கேரள மக்கள் ஏற்கின்றனர். மறுபுறம் உலகம் முழுவதிலும் குடியேறியிருக்கும் தனது பொறியியலாளர்கள், மருத்துவர்கள், தாதிகள் மூலம் கேரளம் இந்தியாவிற்குப் பெருமை சேர்த்துள்ளது. இவ்வாறாக, தனது மனிதவளம் மூலமாக நமது நாட்டின் கஜானாவுக்கு மிகவும் தேவையான அந்நியச் செலாவணியை ஈட்டிக் கொடுப்பதில் கேரளா முன்னணியில் உள்ளது. வாசனைப் பொருட்கள், முந்திரி, ரப்பர் ஏற்றுமதி மூலமாகவும் கேரளம் நமது அந்நியச் செலாவணியை பலப்படுத்துகிறது. நம் நாட்டுக்குச் சுற்றுலாவாக வரும் வெளிநாட்டுச் சுற்றுலாப் பயணிகள் கூட 'கடவுளின் சொந்த தேசம்' என்று அழைக்கப்படும் கேரளத்துக்கு வராமல் செல்வதில்லை. இதன் மூலமும் அந்நியச் செலாவணியை ஈட்டித் தருகிறது கேரளம்.

மதச்சார்பின்மை உயிர்த்திருக்கும் ஒரு மாநிலம் கேரளம். இங்கு வகுப்புவாத மோதல்கள் முற்றிலும் கிடையாது. பட்டியலினச் சாதியினருக்கும், பட்டியலினப் பழங்குடியினருக்கும் சிறந்த வாழ்க்கை நிலைமைகளை மாநிலம் வழங்குகிறது. நாட்டின் மற்ற பகுதிகளில் உள்ள பெண்களை விட கேரளத்தில் பெண்கள் மேம்பட்ட நிலையில் உள்ளனர். தனிநபர், சமூக முன்னேற்றத்தில் இத்தகைய பிரமாண்டமான கால அடிகளை இந்தச் சிறிய மாநிலம் எடுத்து வைத்திருப்பது சிலருக்குக் கவலை அளிக்கிறது. அவர்கள் இங்கு வகிக்கக் கூடிய பாத்திரம் எதுவுமில்லை என்பதே கேரளா மேலும் முன்னேறவும், அமைதி பெறவும், வகுப்புவாத ஒற்றுமையுடன் திகழவும் உறுதியளிப்பதாகும்.

இடதுசாரி அரசு ஊழலுக்கெதிராகத் தொடர்ச்சியான நிலையெடுத்து வந்துள்ளதை நீங்கள் அறிவீர்கள். முந்தைய ஐக்கிய ஜனநாயக முன்னணி ஆட்சியில் சூரிய சக்தித் திட்டங்கள் தொடர்பாக ஊழல்

குற்றச்சாட்டு இருந்தது உங்களுக்குத் தெரிந்திருக்கும். தலைமைச் செயலகம் முன்பாக நடத்தப்பட்ட பிரமாண்டமான ஊழல் எதிர்ப்புப் பேரணிக்குப் பிறகு, இந்த ஊழலை விசாரிக்க ஒரு விசாரணைக் குழுவை அமைக்க அரசு நிர்ப்பந்திக்கப்பட்டது. ஐக்கிய ஜனநாயக முன்னணி அரசுதான் விசாரணையைத் தொடங்கி அதற்கான விதிமுறைகளை வகுத்தது. விசாரணைக்குழு தனது அறிக்கையை இரண்டு வாரங்களுக்கு முன் அரசிடம் அளித்தது. அந்த அறிக்கையை ஆழமாகப் பரிசீலித்த அமைச்சரவை அதிலுள்ள சட்டபூர்வமான கருத்துகளின் அடிப்படையில் நடவடிக்கை எடுக்க முடிவெடுத்தது. இப்போது அறிக்கைமீது எடுக்கப்படும் நடவடிக்கை அரசியல் பழிவாங்கல் என்று குற்றம் சாட்டப்படுகிறது. எப்படி அவ்வாறு இருக்க முடியும்? அவர்களது சொந்த அரசு அமைத்த குழுவின் அறிக்கைமீது எடுக்கப்படும் நடவடிக்கை எப்படி அரசியல் பழிவாங்கலாக இருக்க முடியும்? நாட்டின் சட்டத்தின் அடிப்படையில் அரசு நடவடிக்கை எடுக்கிறது. விசாரணைக் கமிஷனின் அறிக்கையின் மீது எடுத்துள்ள நடவடிக்கை அறிக்கை சமர்ப்பிப்பது அரசின் பொறுப்பு. ‘சட்டம் தன் வழியே செல்லட்டும்’ என்பதே அரசின் கொள்கை. தாம் அமைத்த ஒரு குழுவின் அறிக்கை தம்மில் பலரைச் சிறையில் தள்ளுகிறது என்ற உண்மை ஐ.ஜ.முன்னணியை சங்கடப்படுத்துகிறது.

ஊழல் ஒழிக்கப்படுவதை உறுதிப்படுத்துவதுடன், எம்மை வழிநடத்த நாங்கள் இருவகையிலான உத்திகளை வகுத்தோம். ஒருபுறம் மாநிலத்தின் விரிவான, நிலைத்த தன்மையுடைய வளர்ச்சியை அடைய நீண்ட காலத் திட்டங்களை வேகமாக அமல்படுத்துவோம். அதற்கு உதவும் வகையில், உட்கட்டுமான வளர்ச்சிக்கும், மூலதன முதலீட்டுக்கும் பட்ஜெட்டுக்கு வெளியே முதலீடுகளை ஈர்க்க கேரள உட்கட்டுமான முதலீட்டு நிதிக் கழகத்தை மாற்றி அமைத்துள்ளோம். மறுபுறம், துன்பத்தில் இருக்கும் எமது ஆதரவற்ற மக்கள் பகுதியினருக்கு உதவக் குறுகிய கால நிவாரணத்தையும் தடையின்றி அளிப்போம். மக்களின் பல்வேறு பகுதியினருக்கு அளிக்கப்படும் நம் சமூகநல ஓய்வூதியம் இந்தத் திசையில் ஒரு நடவடிக்கையாகும்.

பொதுத்துறை நிறுவனங்கள் இலாபமீட்டுபவையாக இருக்க முடியாது என்ற பரவலான நம்பிக்கைக்கு மாறாக, மாநிலத்தின் பல நஷ்டமீட்டிய பொதுத்துறைகளை இலாபமீட்டுபவையாக எங்களால் மாற்ற முடிந்துள்ளது. எங்கள் சுற்றுச்சூழலுக்குப் புத்துயிர் ஊட்டவும், விவசாய உற்பத்தியை அதிகரிக்கவும், ஏற்கெனவே உலகம் பாராட்டும்

எங்கள் சுகாதார அமைப்பையும், பொதுக்கல்வி முறையையும் மேலும் முன்னேற்றவும், அனைவருக்கும் வீட்டு வசதி அளிக்கவும், நாங்கள் சிறப்பு முயற்சிகளை எடுத்து வருகிறோம்.

ஹரித கேரள மிஷன், ஆர்தரம் மிஷன், கல்வி மிஷன் மற்றும் லைஃப் மிஷன் என்ற நான்கு குறிக்கோள் கேரள சமூகத்துக்கு நீண்ட கால மாற்றத்தை அளிக்கும். ஹரித கேரளம் மிஷன் இயற்கையைப் பாதுகாக்கவும், நீர்நிலைகளை சுத்திகரிக்கவும், குப்பைகளை அறிவியல் பூர்வமாக ஒழிக்கவுமான நோக்கங்களைக் கொண்டுள்ளது. 'ஆர்தரம்' எல்லோருக்கும் தரமான சுகாதாரசேவை அளிக்கும் ஒரு பெருந்திட்டம். கல்வி மிஷனின் அடிப்படையில் வகுப்பறைகள் திறன்மிகு வகுப்பறைகளாக மாற்றப்படும். பள்ளிகள் சிறப்பு மையங்களாக *(Centres of Excellence)* மாற்றப்படும். 'லைஃப்' மாநிலத்தில் அனைவருக்கும் நிலத்தையும், வீடுகளையும் உறுதிப்படுத்தும். மேலும் தற்போது நிலமற்ற, வீடற்ற குடும்பங்களில் ஒருவருக்கு வேலை கொடுக்கும் திட்டமும் அதில் உள்ளது.

இதையெல்லாம் செய்யும்போது, இந்த தேசத்தைப் பற்றியும், அதன் வரலாறு பற்றியும், அதன் சமூகங்கள் குறித்தும், அதன் முன்னுள்ள பாதை குறித்தும் சிலரால் பரப்பப்படும் பல்வேறு கட்டுக்கதைகளைக் கேரளம் தகர்க்கிறது. எனவே கடந்த ஆண்டுகளில் ஒரு மாதிரி மாநிலமாக உருவாகி இருக்கும் இந்த மாநிலத்தின் பிம்பத்தை நாசமாக்கக் கட்டுக்கதைகளைப் பரப்புவது அவர்களுக்கு அவசியமாகும். மாநிலத்தின் மீது இட்டுக்கட்டப்பட்ட, தொடர்ச்சியான தாக்குதல்களை எதிர்கொண்டு, கேரள மக்கள் ‘நம்முடே கேரளம்’ என்ற கோட்பாட்டைப் பாதுகாக்கவும் ஒன்றுபட்டு நின்றது என்பது நெஞ்சத்தை வருடுகிறது. நாங்கள் இப்போது நவ கேரளத்தை நோக்கி நடை போட்டுக் கொண்டிருக்கிறோம்.

அரசியல் இலாபங்களுக்காக அழிக்க முயற்சிக்கப்படும் இந்தியாவின் பிற பகுதிகளுக்கு கேரளம்தான் ஒரு நம்பிக்கை ஒளியாக, மாதிரியாக இருக்கிறது. கேரளத்தின் சீர்திருத்த இயக்கத்தின் பாரம்பரியத்தை முன்னெடுத்துச் சென்று கோவில்களின் கருவறைகளில் பூசை செய்வதற்கு தலித்துக்களை அனுமதிக்கும் துணிச்சலான முடிவை எடுத்துள்ளோம். இவ்வாறாக, நாங்கள் சமூக நீதியில் மேலும் ஒரு மாதிரியை உருவாக்கியுள்ளோம். எனினும் இந்த சமூகம்தான் குறி வைக்கப்படுகிறது.

நமது அரசியலமைப்புச்சட்ட விதி 356இன்படி கேரள அரசைக் கலைக்க வேண்டுமென்ற கோஷத்தை சமீபத்தில் சில பகுதியினரிடமிருந்து நீங்கள் கேட்டிருக்கலாம். எதிர்க்கட்சிகள் இல்லாத இந்தியாவைத் தேடுவதில் இத்தகைய பிரச்சாரங்கள் நிச்சயம் வேகம் பிடிக்கும். ஆனால், கேரளத்தின் முற்போக்கான, மதச்சார்பற்ற பரந்த மனம் கொண்ட கேரள மக்களும், நாட்டு மக்களும் ஒட்டுமொத்தமாக இணைந்து இந்த மோசமான முயற்சிகளைத் தோற்கடிப்பார்கள்.

இங்கு கூடியிருக்கும் பத்திரிகையாளர்களிடம் ஒரு கோரிக்கை வைத்து நான் முடித்துக் கொள்கிறேன். நீங்கள் உண்மைத்தன்மை, துல்லியம், சார்பற்ற தன்மை, புறவயப்பார்வை, நீதி, பொதுமக்களுக்கு பதிலளிக்கும் கடமை ஆகிய கோட்பாடுகளை உங்கள் தொழிலில் கடைப்பிடிக்க வேண்டுமென்று எதிர்பார்க்கப்படுகிறது. நீங்கள் பத்திரிகை தர்மத்தையும், அதன் நெறிகளையும் உங்கள் இதயத்துக்கு நெருக்கமாகக் கொண்டிருக்கிறீர்கள் என்று நான் நிச்சயம் நம்புகிறேன். கேரளத்தின் பெயரைக் கெடுக்க நடக்கும் முயற்சிகளின் பின்னாலுள்ள உண்மையை நீங்கள் கண்டுபிடிக்க வேண்டுமென உங்கள் நெறிகள் கோருகின்றன.

உண்மைகளைக் கண்டறியக் கேரளம் உங்கள் அனைவரையும் வரவேற்கிறது. நீங்கள் அங்கு கால் வைத்தவுடனே அனைத்து வகையிலும் கேரளம் அமைதியுடனும், வளத்துடனும் உள்ளதை ஏற்பீர்கள்.

ஆர்.எஸ்.எஸ்.சின் சகிப்பின்மை

இத்தகையதொரு பேரணியில், குறிப்பாக வகுப்புவாத ஒற்றுமைக்காக நடத்தப்படும் இந்தப் பேரணியில் கலந்து கொள்வதில் முதலில் என் மகிழ்ச்சியைத் தெரிவித்துக் கொள்கிறேன்[4]. நமது நாட்டில் வகுப்பு ஒற்றுமையைப் பாதுகாப்பது என்பது இன்று மிகவும் முக்கியத்துவமுடையதாகும். நமது வகுப்பு ஒற்றுமையில் பிளவுகளை உருவாக்க நாடு முழுதும் பல முயற்சிகள் நடந்து வருகின்றன. அதில் பளிச்சிடும் உண்மை என்னவென்றால் நமது நாட்டின் அரசாங்கத்தை வழிநடத்தும் ராஷ்ட்ரிய ஸ்வயம் சேவக் சங்தான் இந்த முயற்சிகளின் பின்னால் உள்ளது என்பதாகும். எப்போதும் ஆர்.எஸ்.எஸ். இதில் வெளிப்படையாக இருந்துள்ளது. அது உருவானதிலிருந்தே மதங்களுக்குள்ளே பிணக்குகளை வளர்த்ததுடன், வகுப்புவாதப் பகைமையையும் பரப்ப விரும்பியது.

நமது சமூகத்தின் முக்கிய நீரோட்டத்தில் ஆர்.எஸ்.எஸ். இயக்கம் கிடையாது. கெடுவாய்ப்பாக இந்த இயக்கம்தான் நம் நாட்டின் கொள்கைகளை முடிவெடுக்கும் உரிமை உள்ளதாக இருக்கிறது. இந்தியப் பிரதமர் உள்ளிட்ட நம் அரசின் தலைமை ஆர்.எஸ்.எஸ்.சின் கட்டளைக்கேற்ப செயல்படுகிறது. 1925இல் இந்திய விடுதலைப் போராட்டம் வேகமடைந்த வேளையில் ஆர்.எஸ்.எஸ். உருவாக்கப்பட்டது. இந்திய விடுதலைப் போராட்டம் உச்சத்தில் இருந்த 25 ஆண்டுகளில், 1925இலிருந்து 1947 வரை ஆர்.எஸ்.எஸ். 22 ஆண்டுகள் செயல்பட்டது. ஆனால் விடுதலைப் போராட்டத்தில் ஆர்.எஸ்.எஸ். எந்தப் பங்கையும் வகிக்கவில்லை என்பதை நினைவில் கொள்ள வேண்டும்.

விடுதலைப் போராட்டத்தில் ஆர்.எஸ்.எஸ்.சுக்கு எந்தப் பங்கும் இல்லாவிட்டாலும், அந்த சகாப்தத்தில் அவர்களுக்கேயுரிய பங்கை வகிக்கவே செய்தது. அந்தக் காலகட்டத்தில் உருவான ஏறத்தாழ அனைத்து அமைப்புகளும் விடுதலைப் போராட்டத்தில் பங்கு பெற்று பிரிட்டிஷ் அரசு நாட்டை விட்டு வெளியேற வேண்டுமென்று நிலையெடுத்தன. பிரிட்டிஷை எவ்வாறு நாட்டை விட்டு வெளியேற்ற வேண்டுமென்பதில் விடுதலைப் போராட்டத்தில் பங்கு

---

4. 2017, பிப்ரவரி 25 அன்று மங்களூரில் நடந்த ‘வகுப்புவாத ஒற்றுமைக்கான பேரணியில் ஆற்றிய உரை.

பெற்ற அமைப்புக்களுக்குப் பல்வேறு மாறுபட்ட கருத்துகள் இருந்தன. ஆனால் இந்தியா விடுதலை பெற வேண்டும், பிரிட்டிஷ் நாட்டை விட்டு வெளியேற வேண்டும் என்பதில் அவர்கள் ஒரே நிலையை எடுத்தனர். இங்குதான் ஆர்.எஸ்.எஸ். வேறுபட்டது. அப்போது விடுதலைப் போராட்டத்திலிருந்து ஆர்.எஸ்.எஸ். விலகி நின்றது மட்டுமல்ல, பிரிட்டிஷ் இந்தியாவை விட்டு வெளியேற வேண்டும் என்று கோரவும் கூட அது மறுத்தது. அதற்கு மாறாக, பிரிட்டிஷ் இந்தியாவில் இருப்பதற்கு ஆதரவாகவும் அவர்கள் நிலையெடுத்தனர். வி.டி.சாவர்க்கர் தாமே வைஸ்ராயை நேரில் சந்தித்து சங் பரிவாரம் சுதந்திரப் போராட்டத்தில் பங்கு கொள்ளவில்லையென்றும், அவர்களது நலன்களும் பிரிட்டிஷின் நலனைப் போன்றதே எனவும் தெரிவித்தார்[5]. நமது சுதந்திரப் போராட்டத்தைக் காட்டிக் கொடுத்த பாரம்பரியம் ஆர்.எஸ்.எஸ்.சுடையது.

நாட்டை ஒன்றாகப் பார்க்கவோ, மக்களை ஒற்றுமைப்படுத்தவோ ஆர்.எஸ்.எஸ். ஒருபோதும் தயாராக இல்லை. முதலிலிருந்தே அவர்கள் மக்களை வகுப்புவாத அடிப்படையில் பிளவுபடுத்த முயன்றனர். இவ்வாறாக ஆர்.எஸ்.எஸ். நமது நாட்டில் வகுப்புவாதக் கலவரங்களை முன் நின்று நடத்தியது. ஆர்.எஸ்.எஸ். நமது நாடு மற்றும் மக்களின் ஒற்றுமைக்கு எதிரானது என்பதை நாம் நினைவில் கொள்ள வேண்டும். அவர்கள் எப்போதும் நம் மக்களைப் பிளவு படுத்தவே முயன்றுள்ளனர். இங்கு ஒரு முக்கியமான கேள்வி இயல்பாகவே எழுகிறது. ஏன் மகாத்மா காந்தி கொல்லப்பட்டார்? காந்தி கொல்லப்பட்டபோது ஆர். எஸ்.எஸ். இருந்த பகுதிகளில் இனிப்புக்களை விநியோகித்தது என்பதை நாம் நினைவில் கொள்ள வேண்டும்[6].

ஆர்.எஸ்.எஸ். காந்தியைக் கொன்ற பிறகு பொதுமக்கள் அதன்மீது ஆவேசம் கொண்டனர். ஆர்.எஸ்.எஸ். தடை செய்யப்பட்டது. அந்த சமயத்தில் தடையை விலக்குவதற்கான மத்திய ஆட்சியாளர்கள் சிலரை சமாதானப்படுத்த ஆர்.எஸ்.எஸ். மிகப்பெரிய அளவில் முயற்சி எடுத்தது[7]. தடை விலக்கப்பட்ட பிறகும் அது அதே பாதையில் பயணித்தது. அதனை எத்தகைய தத்துவம் வழிநடத்துகிறது என்பதை நாம் காண வேண்டும்.

---

5. மகாத்மா காந்தி படுகொலை விசாரணைக் கமிஷன் அறிக்கை, புதுதில்லி: உள்துறை அமைச்சகம், 1970, பக்கம் 236.

6. ஏ.ஜி.நூராணி, 'சாவர்க்கரும், காந்தியும்'. பிரண்ட்லைன், மார்ச் 15-28, 2003; 'சாவர்க்கரின் மன்னிப்புக் கடிதம்' – பிரண்ட்லைன் மார்ச் 12-25, 2005.

7. சஞ்சீவ் கேல்கர், ஆர்.எஸ்.எஸ். இழந்த ஆண்டுகள், புதுதில்லி, சேஜ் புக்ஸ், 2011.

ஆர்.எஸ்.எஸ். உருவாக்கப்பட்டு ஐந்தாண்டுகளில் அதன் நிறுவனத் தலைவர்களில் ஒருவரான பி.எஸ்.மூஞ்சே *1930*இல் அக்காலத்தின் சர்வதேசத் தலைவர் சிலரை சந்திக்கப் பயணம் மேற்கொண்டார்.[8] அவர் ஆர்.எஸ்.எஸ்.சின் மாதிரிகளாகத் திகழ்ந்த சில தலைவர்களை சந்தித்தார். அவர்களில் ஒருவர் இத்தாலிய பாசிஸ்ட் பெனிட்டோ முசோலினி. முசோலினியின் பாசிச அமைப்பின் ஸ்தாபனக் கட்டமைப்பை ஆர்.எஸ்.எஸ். அப்படியே தழுவி ஏற்றுக் கொண்டது. முசோலினியின் பாசிச ஸ்தாபனத்துக்குப் பயிற்சி மையங்கள் இருந்தன. அங்கு அவர்களது தொண்டர்களுக்குப் பயிற்சி அளிக்கப்படும். அவர்களைக் கண்டு மூஞ்சே மிகவும் கிளர்ச்சியுற்றார். அந்தப் பயிற்சியின் விவரங்கள் குறித்தும், அவற்றை எப்படி இந்தியாவில் நடைமுறைப்படுத்துவது என்பது குறித்தும் அவர் முசோலினியுடன் விவாதித்தார். அந்த ஸ்தாபனக் கட்டமைப்பைத்தான் ஆர்.எஸ்.எஸ். ஏற்றுக் கொண்டது. முசோலினியின் பாசிச ஸ்தாபனக் கட்டமைப்பைத்தான் இன்றும் ஆர்.எஸ்.எஸ். பின்பற்றுகிறது.

ஆர்.எஸ்.எஸ். தனது தத்துவத்தை இட்லரின் ஜெர்மனி பின்பற்றிய நாசிசத்திடமிருந்து பெற்றது. இட்லர் சிறுபான்மையினரைக் கொன்றொழித்தது கண்டு உலகில் மிகவும் மகிழ்ச்சியடைந்த ஸ்தாபனம் வேறு எதுவுமில்லை. உலகிலிருந்த நாடுகளும், அமைப்புகளும் இட்லரின் செயல்களைக் கண்டித்தன. ஆனால் ஆர்.எஸ்.எஸ். அதை வரவேற்றுப் பாராட்டியது[9].

அந்தக் காலத்தில் ஜெர்மனிதான் இந்தியாவுக்கு வழிகாட்டும் மாதிரி என்றும், இந்தியாவின் உள்நாட்டுப் பிரச்சனைகளைத் தீர்க்க அதை நாம் பின்பற்ற வேண்டுமெனவும் ஆர்.எஸ்.எஸ். வெளிப்படையாக அறிவித்தது. அடால்ஃப் இட்லர் ஜெர்மனியின் சிறுபான்மையினரைக் கொன்றொழித்தார். இட்லரால் யூதர்கள் படுகொலை செய்யப்பட்டதை நினைவு கூருங்கள். இத்தகைய, காட்டுமிராண்டித்தனமான செயல்பாடுகளால் ஆர்.எஸ்.எஸ். கிளர்ச்சியுற்றது. கோல்வால்கர் உள்ளிட்ட ஆர்.எஸ்.எஸ்.சின் பிதாமகர்கள் இட்லரின் இத்தகைய கொள்கைகளைப் பாராட்டி எழுதியுள்ளனர். ஆர்.எஸ்.எஸ். தமக்கென வரித்துக் கொண்ட கொள்கைகள் இத்தகையவே. இந்தக் கொள்கைகளை ஆர்.எஸ்.எஸ். அப்படியே இந்தியாவில் வரித்துக் கொண்டது. வேறு வார்த்தைகளில் கூறுவதானால், இட்லரின் கொள்கைகளும், ஆர்.

---

8. மார்சியா கசோலரி, '1930களில் ஆர்.எஸ்.எஸ்.சின் சர்வதேசத் தொடர்புகள்: வரலாற்று ஆதாரம்'. எகனாமிக் அண்ட் பொலிடிகல் வீக்லி, ஜனவரி 22, 2000.

9. ஏ.ஜி.நூராணி, 'ஸ்வஸ்திகாவின் சிப்பாய்கள்', ஃப்ரண்ட்லைன், 2015, ஜனவரி 23.

எஸ்எஸ்.சின் கொள்கைகளும் ஒன்றே. ஆர்.எஸ்.எஸ். இட்லரின் நாசிசத்தைத் தன்னுடைய சொந்தக் கொள்கையாக ஏற்றுள்ளது. ஆர். எஸ்.எஸ்.சின் மொழி இட்லருடையதைப் போலவே இருப்பதை நீங்கள் காணலாம். சிறுபான்மையினரை எப்படி நடத்த வேண்டுமென இட்லர் எழுதியுள்ளார். அதே வடிவத்தை, அதே கொள்கையை ஆர். எஸ்.எஸ். இங்கு ஏற்றுள்ளது. இட்லருக்கு ஜெர்மனியில் யூதர்கள் என்ற ஒரே ஒரு சிறுபான்மை சமூகம்தான் இருந்தது. யூதர்களையும் இட்லர் போல்ஷெவிக்குகள் என அழைத்த கம்யூனிஸ்ட்களையும் உள்நாட்டு எதிரிகளாக பார்த்தார், அழைத்தார். அதே கொள்கையைத் தம்முடையதாகத் தமது புத்தகங்களில் ஆர்.எஸ்.எஸ். எழுதியுள்ளது. அதை அவர்கள் அமலாக்கவும் செய்துள்ளனர். இங்கு இந்தியாவில் பெரிய சிறுபான்மை இனத்தவராக இருக்கும் முஸ்லிம்களையும், கிருத்துவர்களையும் உள்நாட்டு எதிரிகள் என்கின்றனர். அவர்களுடன் சேர்த்து இட்லரின் வழியில், கம்யூனிஸ்டுகளையும் உள்நாட்டு எதிரிகளாக சித்தரிக்கின்றனர். இவ்வாறாக, ஜெர்மனியில் சிறுபான்மையினரும், கம்யூனிஸ்டுகளும் இட்லருக்கு உள்நாட்டு எதிரிகளானதைப் போல், இந்தியாவில் முஸ்லிம்களும், கிருத்துவர்களும், கம்யூனிஸ்டுகளும் ஆர்.எஸ்.எஸ்.சுக்கு உள்நாட்டு எதிரிகளானார்கள்.

இந்தக் கொள்கையைத்தான் ஆர்.எஸ்.எஸ். நாடு முழுதும் அமலாக்கியது. இந்தியாவில் நடைபெற்ற வகுப்புவாதக் கலவரங்களை ஆர்.எஸ்.எஸ்.தான் நடத்தியது என்பதைக் காண முடியும்[10]. நமது நாட்டில் நடைபெற்ற கலவரங்கள் குறித்து சில புகழ்பெற்ற நீதிபதிகள் தங்களது புலன் விசாரணையில் கண்டறிந்து கூறியதைப் படிப்பது பயனுள்ளதாக இருக்கும். உதாரணமாக தெலிசேரி கலவரம் குறித்து நீதிபதி ஜோசப் வித்யாத்தில் கமிஷன் அறிக்கையில் குறிப்பிட்ட ஒரு பகுதியைக் காண்போம்:

தெலிசேரியில் இந்துக்களும், முஸ்லிம்களும் பல நூற்றாண்டுகளாக சகோதரர்களாக வாழ்கின்றனர். 'மாப்ளா கலவரங்கள்' தெலிசேரியில் இருந்த நல்லுறவை பாதிக்கவில்லை. ஆர்.எஸ்.எஸ்.சும் ஜனசங்கமும் (பாஜகவின் முந்தைய வடிவம்) தமது பாசறைகளை தெலிசேரியில்

---

10. ஆதாரத்துக்கு, 1969இல் அகமதாபாத் கலவரங்களை விசாரித்த நீதிபதி ஜக்மோகன் கமிட்டி அறிக்கை, 1971, தெலிசேரி கலவரத்தை விசாரித்த கமிஷனின் அறிக்கை, 1979 ஏப்ரலில் ஜாம்ஷெட்பூரில் நடந்த வகுப்புவாதக் கலவரங்களை விசாரித்த நீதிபதி வித்யாதில் அறிக்கை, 1982 கன்னியாகுமரியில் நடந்தகலவரத்தைவிசாரித்த நீதிபதி வேணுகோபால் கமிட்டியின் விசாரணை அறிக்கை போன்றவற்றைப் படிக்கவும்.

அமைத்து செயல்படத் தொடங்கிய பிறகுதான் நிலைமையில் மாற்றம் ஏற்பட்டது. அவர்களது முஸ்லிம் விரோதப் பிரச்சாரம், இதற்கு எதிர்வினையாக வகுப்புவாத அமைப்பான முஸ்லிம் லீகைச் சுற்றி முஸ்லிம்கள் திரண்டது, அதைத் தொடர்ந்து உருவான வகுப்புவாதப் பதற்ற நிலை ஆகியவைதான் கலவரங்களுக்குப் பின்னணியை உருவாக்கின.

நீதிபதி வித்தியாத்தில் கமிஷன் முகமது என்ற பெயருடைய ஒரு நபரை கலவரக்காரர்கள் மிரட்டியதாக அறிந்தனர். "நீ உன் உயிரைக் காப்பாற்றிக் கொள்ள விரும்பினால், 'ராமா, ராமா' என்று கூறிக் கொண்டே வீட்டைச் சுற்றி வர வேண்டும்" என்று அவர்கள் மிரட்டினர். முகமது அதைச் செய்தார். 'ஆனால் நாட்டில் சமூக நல்லிணக்கத்தைக் காப்பாற்ற 70 மில்லியன் முஸ்லிம்களும் அதை ஒரு நிபந்தனையாகச் செய்ய வேண்டும் என நீங்கள் எதிர்பார்க்க முடியாது' என அந்த அறிக்கை கூறியது. 'ஆர்.எஸ்.எஸ்.சின் இந்தப் போக்கு முஸ்லிம்கள் தமது சொந்த வகுப்புவாத அமைப்பின் கீழ் பாதுகாப்புத் தேடுவதை நிர்ப்பந்திக்கத்தான் உதவும்'

1982இல் கன்னியாகுமரியில் இந்துக்களுக்கும் கிருத்துவர்களுக்கும் இடையிலான கலவரங்களை விசாரித்த நீதிபதி வேணுகோபால் கமிஷனும் கலவரத்தை உருவாக்க ஆர்.எஸ்.எஸ். எப்படி அந்தப் பகுதியில் நடவடிக்கை எடுத்தது என்பதை சுட்டிக் காட்டியது:

சிறுபான்மையினருக்கு எதிராக இந்துக்களின் உரிமைகள் எனத் தாம் கருதுவதற்கு தன்னைப் போராளியாகக் காட்டிக் கொள்ள ஆர். எஸ்.எஸ். ஒரு தீவிரமான, முரட்டுத்தனமான அணுகுமுறையைக் கைக்கொள்கிறது. சிறுபான்மையினர் தமது இடம் எது எனக் கற்றுக் கொள்ளாவிட்டால் அதைக் கற்றுக் கொடுக்கும் இடத்தை அதுதானே எடுத்துக் கொள்கிறது. வகுப்புவாத வன்முறையைத் தூண்டிவிட ஆர். எஸ்.எஸ். கடைப்பிடிக்கும் முறைகள்: - (1) கிருத்துவர்கள் இந்த நாட்டின் விசுவாசமான குடிமக்களல்ல என்று பிரச்சாரம் செய்து பெரும்பான்மை சமூக மக்களிடம் வகுப்புவாத உணர்வைத் தூண்டி விடுவது (2) சிறுபான்மையினர் எண்ணிக்கை அதிகரிக்கிறது, இந்துக்கள் எண்ணிக்கை குறைகிறது என்று தந்திரமாகப் பிரச்சாரம் செய்து பெரும்பான்மை சமூகத்தின் மனதில் அச்சத்தை விதைப்பது (3) நிர்வாகத்தில் ஊடுருவி சிவில், போலீஸ் துறையினரிடம் வகுப்புவாதப் போக்கை வளர்த்து விடுவது. (4) பெரும்பான்மை சமூகத்தின் இளைஞர்களுக்குக் கத்தி, அரிவாள், ஈட்டி போன்றவற்றைப் பயன்படுத்தக் கற்றுக் கொடுப்பது. (5) எந்த ஒரு அற்ப சம்பவத்தையும்

விசிறி விட்டு அதற்கு ஒரு வகுப்புவாத நிறம் கொடுத்து வகுப்புவாதப் பிளவையும், உணர்வுகளையும் ஆழப்படுத்தப் பிரச்சாரம் செய்வது.

ஆயிரக்கணக்கானோர் கொல்லப்பட்ட வகுப்புவாதக் கலவரங்கள் நம் நாட்டில் நடைபெற்றுள்ளன. இவற்றில் பெரும்பாலானவற்றை ஆர்.எஸ்.எஸ்.தான் தலைமையேற்று நடத்தியுள்ளது. அதற்கென அவர்களிடம் சிறப்புப் பயிற்சி உண்டு.

கலவரத்தை எப்படி உருவாக்குவது? எப்படி வகுப்புவாதப் பதற்றத்தை உருவாக்குவது? வகுப்புவாதப் பதற்றம் கலவரமாக வளர்ச்சியடைந்ததும், பொதுமக்களைக் கிளர்ச்சியடையச் செய்து தூண்டி விடுவதற்கு எந்த வகையான பொய்ப் பிரச்சாரங்களை மேற்கொள்வது என்று அவர்கள் சிந்திக்கிறார்கள். நீதிபதி வேணுகோபால் கமிஷன் கண்டறிந்தது போல் ஆர்.எஸ்.எஸ்.சிடம் இவற்றுக்கென தனியான பயிற்சி வசதிகள் உள்ளன. ஆர்.எஸ்.எஸ். தலைமையேற்று நடத்திய அனைத்து வகுப்புவாதக் கலவரங்களிலும் ஒரு சீரான தன்மையைக் காணலாம். அவர்கள் தமது திட்டமிட்ட பயிற்சிகளின் மூலம் கற்ற குறிப்பிட்ட முறைகளை இந்தக் கலவரங்கள் அனைத்திலும் பயன்படுத்தியிருப்பதைக் காண முடியும்.

ஆர்.எஸ்.எஸ். மதச்சார்பின்மைக்கு எதிரானது. இந்தியா ஒரு மதச்சார்பற்ற நாடாக இருக்கக் கூடாது என்பதே தொடக்கத்திலிருந்து அவர்களது நிலைபாடு. 1947, ஜூலை 17 அன்று அவர்களது பத்திரிகையான ஆர்கனைசர் 'தேசியக் கொடி' என்று தலைப்பிட்ட ஒரு கட்டுரையை வெளியிட்டது. நமது கொடியின் மூவர்ணமானது தீவிரமான விவாதத்துக்குப் பிறகே முடிவு செய்யப்பட்டது. எனினும் ஆர்.எஸ்.எஸ். அதற்கு முற்றிலும் எதிராக இருந்தது. அந்தக் கொடியில் நமது நாட்டின் அம்சம் எதுவுமில்லை என்றும் அது நம் நாட்டிற்கு முற்றிலும் பொருத்தமற்றது என்றும் கூறி ஆர்.எஸ்.எஸ். அதன் மீது கடும் தாக்குதலைத் தொடுத்தது. இந்தியா என்ற பெயரையும் ஆர்.எஸ். எஸ். எதிர்த்தது. 1947, ஜூலை 31 அன்று ஆர்கனைசர் நம் நாட்டின் பெயர் ஹிந்துஸ்தான் (இந்துஸ்தானிலிருந்து இது வேறானது) என இருக்க வேண்டும் என்றும், இந்தியா என்று இருக்கக் கூடாது என்றும் எழுதியது. இவையெல்லாம் அவர்களது கொள்கைகளின் விளைவுகள். இந்தியாவானது மத அடிப்படையிலான நாடாக இருந்தது, அப்படியே இருக்க வேண்டும் என்பது தொடக்கத்திலிருந்தே அவர்களது நிலைபாடு. மதச்சார்பற்ற இந்தியா என்ற சிந்தனைக்கு அவர்கள் எதிரானவர்கள். எனவேதான் நமது ஆட்சியாளர்களில் ஒருவரான உள்துறை அமைச்சரே, பாராளுமன்றத்துக்குள்ளேயே நமது அரசியலமைப்புச் சட்டத்தில் மதச்சார்பின்மையைச் சேர்த்ததே

அனைத்துப் பிரச்சனைகளுக்கும் காரணம் என்று பாராளுமன்றத்துக்குள்ளேயே கூறினார்[11].

இந்த ஆர்.எஸ்.எஸ்.தான் இன்று அதிகாரத்தைப் பெற்று நாட்டின் விதியை நிர்ணயிக்கும் இடத்தில் உள்ளது. அவர்கள் கடும் சகிப்பின்மையுடன் முன்னேறி வருகிறார்கள். அவர்களைப் பற்றிப் பேசுவதற்கு நீண்ட நேரம் தேவைப்படும். அவர்களது தலைமையின் கீழ் இத்தகைய குரூரங்கள் நாட்டின் மீது திணிக்கப்பட்டுள்ளன. ஆர்.எஸ்.எஸ். சகிப்பின்மையின் வெளிப்பாடாக ஆகியுள்ளது. சகிப்பின்மை நமது நாட்டின் ஆட்சியாளர்களிடமும் பரவி விட்டது. மகாத்மா காந்தியைக் கொலை செய்ததைப் போலவே, சங் பரிவாரம் நாட்டிற்கு மிக முக்கியமான, மக்களுக்கு மிகவும் நெருக்கமான பலரைக் கொலை செய்துள்ளது. நாம் அவர்களை மனதில் வைக்க வேண்டும்.

கூடுதலாக, எம்.எம்.கல்புர்கியின் கொலை இன்னும் நமது மனதில் உள்ளது. அந்தக் கொலையால் நம் நாட்டின் மதச்சார்பற்ற இதயம் வலியால் துடித்தது. கல்புர்கி ஒரு முற்போக்கான எழுத்தாளர். அவர் ஏன் கொல்லப்பட்டார்? கல்புர்கி மட்டுமல்ல, கோவிந்த பன்சாரே – ஆர்.எஸ்.எஸ்.சை தெளிவாக அம்பலப்படுத்தியவர் அவர். வரலாற்றின் அடிப்படையில் ஆர்.எஸ்.எஸ்.சின் பொய்ப் பிரச்சாரங்களை அவர் அம்பலப்படுத்தினார்[12].

கோவிந்த பன்சாரே சகிப்பின்மை காரணமாகக் கொலை செய்யப்பட்டார். மூட நம்பிக்கைக்கெதிராகவும், தீய பழக்கங்களுக்கெதிராகவும் நரேந்திர தபோல்கர் வலுவாகப் போராடினார். அவரும் கொலை செய்யப்பட்டார். இந்த மூவரில் யாரும் தவறு எதுவும் செய்ததற்காகக் கொலை செய்யப்படவில்லை. முற்போக்கு எழுத்தாளர்களாக அவர்கள் தொடர்ந்து நமது நாட்டுக்காக, நமது மக்களுக்காக விவாதங்களில் இறங்கினார்கள்[13].

ஆர்.எஸ்.எஸ்.சால் மிரட்டப்படும் பலபேர் இங்கு உள்ளனர். படுகொலை செய்யப்பட்டவர்கள் மட்டுமல்ல, நம் நாட்டின் நலனுக்காக உழைப்பவர்களும், நம் நாட்டுக்குள் அதிகமாக அறியப்பட்டவர்களும் ஆவர் அவர்கள். நீங்கள் கே.எஸ்.பகவானையும்,

---

11. நிஸ்துலா ஹெப்பார், 'மதச்சார்பின்மையை திசைதிருப்பாதீர்: ராஜ்நாத்', தி இந்து, 2015 நவம்பர், 27. நாம் இதுதான் ஆர்.எஸ்.எஸ். என்பதை உணர வேண்டும்.

12. கோவிந்த பன்சாரே, சிவாஜி யார்? புதுதில்லி: லெஃப்ட் வேர்ட் புக்ஸ், 2015

13. நரேந்திர தபோல்கர் (1945-2015) ஒரு மருத்துவர், ஒரு பகுத்தறிவுவாதி. மகாராஷ்டிரா அந்தஷ்ரத்த நிர்மூலன் சமிதியை (மூடநம்பிக்கை ஒழிப்புக் குழு) உருவாக்கியவர். அடையாளம் தெரியாத இரு நபர்களால் அவர் சுட்டுப் படுகொலை செய்யப்பட்டார்.)

அவருக்கு எதிராக சங் பரிவாரம் விடுத்த மிரட்டல்களையும் அறிந்திருப்பீர்கள்[14]. அதேபோல் ஞானபீட விருது பெற்றவரான கிரிஷ் கர்னாடும் சங் பரிவாரத்திடமிருந்து தப்பவில்லை. ஆர்.எஸ்.எஸ்.சின் சிந்தனையை ஏற்று அவர்களிடம் சரணடையாத யாரையும் சகித்துக் கொள்ள முடியாது என்ற கொள்கையை ஆர்.எஸ்.எஸ். பின்பற்றி வருகிறது. ஹூச்சங்கி பிரசாத் கன்னடத்தைச் சேர்ந்த ஒரு இளம் கவிஞர். அவர் ஒரு தலித் இளைஞர். அவரது கைகளை அவர்களது கத்திகள் குறிபார்த்தன. ரத்தம் சிந்தப்பட்டது. அவர் மீண்டும் எழுதினால் அவரது விரல்கள் துண்டாக்கப்படும் என்று அவர் மிரட்டப்பட்டார். ஆர்.எஸ்.எஸ்.சின் கட்டளைகளுக்கு அடிபணியாததால் பத்திரிகையாளரும், எழுத்தாளருமான சேத்தனா தீர்த்தஹள்ளி மிரட்டப்பட்டார். அவர்களது மிரட்டல்களைப் புறந்தள்ளி அவர் இந்திய ஜனநாயக வாலிபர் சங்க மாநாட்டில் பங்கேற்றதால் அவர் மேலும் மிரட்டலுக்குள்ளானார். மிகவும் கேவலமான மிரட்டல்களை சங் பரிவாரம் அவருக்கு விடுத்தது. அவர்மீது அமிலம் வீசப்படும் என்றும், அவர் பாலியல் பலாத்காரம் செய்யப்படுவார் என்றும் மிரட்டியது.

நம் சமூகத்தில் அடக்குமுறைகள் பற்றி புத்தகங்கள் எழுதும் எழுத்தாளர் பெருமாள் முருகன் மீதான தாக்குதல்கள் அனைவரும் நன்கறிந்ததேயாகும். இத்தகைய சூழல்தான் பெருமாள் முருகனை தம்மிடமிருந்த எழுத்தாளன் செத்து விட்டான் என்று அறிவிக்கச் செய்தது. இவையெல்லாம் நம் நாட்டில் நடந்தன. நான் முன்பு குறிப்பிட்ட நிகழ்வுகளெல்லாம் கர்நாடகாவில் நடந்தன.

மிகவும் புகழ்மிக்க அறிஞரான யூ.ஆர்.ஆனந்தமூர்த்தி தனது மரணப்படுக்கையில் இருந்தார். அப்போதுதான் ஆர்.எஸ்.எஸ். அவர் மீது விஷத்தைக் கக்க நேரம் பார்த்தது. அவருக்கு பாகிஸ்தானுக்குச் செல்ல விமானப் பயணச்சீட்டை அனுப்பியது! மிகப்பெரும் அறிஞர்களையும், தனிப்பெருமை வாய்ந்தவர்களையும் பாகிஸ்தானுக்கு அனுப்புவதில் மிகவும் குறியாக இருக்கிறது ஆர்.எஸ்.எஸ். நமது மாநிலத்தில் பல முக்கியமான நபர்களைத் தவிர, ஷாருக் கான், ஆமிர் கான் போன்ற நடிகர்களையும் அது பாகிஸ்தானுக்கு அனுப்ப விரும்புகிறது. ஞானபீட விருது பெற்றவரும், பத்ம பூஷன் விருது பெற்றவரும், கேரளத்தைச் சேர்ந்தவருமான எம்.டி.வாசுதேவன் நாயர் பணமதிப்பு நீக்க நடவடிக்கையால் மக்களுக்கு ஏற்பட்ட

14. கே.எஸ்.பகவான் ஒரு தத்துவவியலாளர். அவர் ஆதிசங்கரர் குறித்து எழுதியுள்ளார். வில்லியம் ஷேக்ஸ்பியரின் நாடகங்களை கன்னட மொழியில் மொழிபெயர்த்துள்ளார்.)

கஷ்டங்களைப் பற்றிப் பேச நேர்ந்தது. சங் பரிவாரம், ஆர்.எஸ்.எஸ். உடனடியாக அவரையும் பாகிஸ்தானுக்கு அனுப்ப விரும்பியது. கேரளத்தின் புகழ்பெற்ற இயக்குனரான கமலையும் அவர்கள் பாகிஸ்தானுக்கு அனுப்ப விரும்பினர். நந்திதா தாசை அவர்கள் பாகிஸ்தானுக்கு அனுப்ப விரும்புகின்றனர். என்ன இது? நம் நாட்டின் சிறப்பு வாய்ந்த அனைவரும் ஆர்.எஸ்.எஸ்.சுக்கு அடிபணிய வேண்டுமென எதிர்பார்க்கப்படுகிறது! அவர்கள் சுதந்திரமாக சிந்திக்கக் கூடாது, தமது சொந்த சிந்தனைகளை வெளிப்படுத்தக் கூடாது! அவர்கள் அதைச் செய்தால், ஆர்.எஸ்.எஸ்.சுக்கு மாறான சிந்தனைகளை வெளிப்படுத்தினால், அவர்கள் நாட்டில் வசிக்க அனுமதிக்கப்பட மாட்டார்கள் என ஆர்.எஸ்.எஸ். சொல்கிறது. நம் நாட்டின் மதச்சார்பற்ற சக்திகள் அனைத்தும் சேர்ந்து ஒரு விஷயத்தை ஆர்.எஸ்.எஸ்.சிடம் கூற வேண்டியுள்ளது – இந்த நாடு நம் அனைவருக்கும் சொந்தமானது. ஆர்.எஸ்.எஸ்.சுக்கு இங்கு சிறப்பு உரிமைகள் கிடையாது. இங்கு வசிக்கும் ஒவ்வொருவருக்கும் இங்கு வாழும் உரிமை உண்டு, தமது கருத்துகளை சுதந்திரமாகக் கூறவும், தாம் விரும்பியதை எழுதவும் உரிமை உண்டு. மதச்சார்பற்ற சக்திகள் ஆர்.எஸ்.எஸ்.சின் சகிப்பின்மைக்கெதிராக வலுவான நிலைபாட்டை எடுக்க வேண்டும்.

ஆர்.எஸ்.எஸ். சிறுபான்மையினரை அகற்ற முயன்றது. ஒருவர் எதை உண்ண வேண்டுமென்பதைக் கூட ஆர்.எஸ்.எஸ். தீர்மானிக்க முயலும் அளவுக்கு நிலைமை வந்தது. இதுதான் உத்தர பிரதேசம் தாத்ரியில் முகமது அக்லக் சைஃபியை அடித்துக் கொல்வதற்கு இட்டுச் சென்றது. நீங்கள் சிறுபான்மை சமூகத்தவனாக இருப்பதால் எங்களுக்கு எதிரானவன் என்கிறது ஆர்.எஸ்.எஸ். அதனால் ஒரு அப்பாவி மனிதர் கொல்லப்பட்டார். உணவு–இந்த விஷயத்தில் மாட்டிறைச்சி–மட்டுமே ஒருவரைக் கொல்வதற்கான ஒரே சால்ஜாப்பு. அவரது வீட்டிலிருந்தது ஆட்டிறைச்சிதான், மாட்டிறைச்சியல்ல என்று பின்னால் நிரூபிக்கப்பட்டது. ஒருபுறம் சிறுபான்மையினர் தாக்கப்பட, குஜராத் உனாவில் நான்கு தலித் இளைஞர்கள் நிர்வாணமாக்கப்பட்டு ஒரு காரில் கட்டி வைக்கப்பட்டுக் கடுமையாகத் தாக்கப்பட்டதை உலகம் கண்டது. தலித்துக்கள் இறந்த மாடுகளின் தோலை உரிக்க வேண்டும், மற்றவர்களின் கழிவறைகளை சுத்தம் செய்ய வேண்டுமென எதிர்பார்க்கப்படுகிறது. அவர்கள் ஒருசில வகையான வேலைகளை மட்டுமே செய்யலாம். அப்படித்தான் ஆர்.எஸ்.எஸ். சொல்கிறது. பழங்கால நால்வருணத்தின் முறைகள்தான் தலித்துக்களுக்கெதிராக ஆர்.எஸ்.எஸ்.சால் பயன்படுத்தப்படுகிறது. ஹரியானாவைச் சேர்ந்த

மேவாரில் நாம் பார்த்ததும் இதன் மற்றொரு வெளிப்பாடு. ஒரு விவசாயியும் அவரது மனைவியும் ஆர்.எஸ்.எஸ்.ஸால் கொல்லப்பட்டனர். எப்படியோ தப்பி விட்ட ஒரு குடும்பத்தைச் சேர்ந்த இரண்டு இளம் பெண்கள் திரும்ப வருமாறு நிர்ப்பந்திக்கப்பட்டனர். அதற்காக அவர்களில் ஒருவரின் குழந்தையின் கழுத்தில் கத்தி வைத்து அவர்கள் திரும்ப வராவிட்டால் அந்தக் குழந்தையின் கழுத்து அறுக்கப்படும் என்று மிரட்டினர். அது ஒரு நேரடியான மிரட்டல். அந்தப் பெண்கள் திரும்பினர். அந்தப் பெண்கள் கூட்டு வன்புணர்வுக்கு உட்படுத்தப்பட்டனர். குடும்பத்தின் மற்றவர்கள் கடுமையாகத் தாக்கப்பட்டனர். இன்று நம் நாட்டில் ஆர்.எஸ்.எஸ். இதைத்தான் செய்து கொண்டிருக்கிறது. நான் இப்போது கூறிய இடங்களைத் தவிர, ஜார்கண்ட், ஜம்மு காஷ்மீர், பஞ்சாப் ஆகிய மாநிலங்களும் மாட்டிறைச்சி விவகாரத்தில் பெரிய தாக்குதல்களை சந்தித்தன.

கேரளம் குறித்தும் அங்கு ஸ்ரீ நாராயண குரு தலைமையிலான சீர்திருத்த இயக்கம் குறித்தும் நீங்கள் அறிந்திருப்பீர்கள். குரு இங்கு வந்திருப்பதாகவும், மங்களூருவில் அவர் பேசியதாகவும் சில தோழர்கள் முன்பு என்னிடம் கூறினர். கேரளத்தில் அவர் நடத்திய புத்துயிர்ப்பு இயக்கத்தாலும், அதைத் தொடர்ந்ததாலும்தான் கேரளம் ஒரு வலுவான மதச்சார்பற்ற சமூகமாக வளர்ச்சியடைந்தது. இத்தகைய ஒரு இடத்தில்தான் ஆர்.எஸ்.எஸ். கால் ஊன்ற முயல்கிறது. கேரளத்தின் வலுவான சக்தியான கம்யூனிஸ்ட் இயக்கம், குறிப்பாக சி.பி.ஐ.(எம்.) தான் அதன் பிரதான எதிரி. கம்யூனிஸ்ட் இயக்கத்தை அழிப்பதன் மூலமாக, கேரளத்தில் வகுப்புவாதத்தின் தாக்கத்தை நிறுவி விட முடியுமென ஆர்.எஸ்.எஸ். நினைக்கிறது. அதனால்தான் அங்கு ஆர்.எஸ்.எஸ். தாக்குதல்களைக் கட்டவிழ்த்து விட்டது. கேரளத்தின் வரலாற்றை நீங்கள் ஆராய்ந்தால், சுமார் 600 தோழர்கள் அங்கு உயிர்த்தியாகம் செய்திருப்பதை நீங்கள் அறியலாம். அவர்களில் 205 பேர் ஆர்.எஸ்.எஸ்.சால் கொல்லப்பட்டனர். அவர்கள் எந்தத் தவறும் செய்யவில்லை. மதச்சார்பின்மைக்கு ஆதரவான தமது வலுவான நிலைப்பாட்டின் ஒரு பகுதியாக, அவர்கள் வகுப்புவாதத்துக்கு எதிராக ஒரு வலுவான நிலைப்பாட்டை எடுத்தனர். அதற்கெதிராக ஆர்.எஸ்.எஸ். சகிப்பின்மையை வெளிப்படுத்தியது. மதச்சார்பின்மையைப் பாதுகாக்கப் போராடித் தம் உயிரையும் தியாகம் செய்யத் தயாரான தோழர்களைக் கொன்று விடுவதன் மூலம் தோழர்களின் இயக்கத்தைப் பலவீனப்படுத்தி விட ஆர்.எஸ்.எஸ். முயல்கிறது. கேரளத்தில் இதைத்தான் ஆர்.எஸ்.எஸ். தொடர்ச்சியாகச் செய்கிறது.

நீங்கள் ஏற்பாடு செய்திருக்கும் வகுப்பு ஒற்றுமைப் பேரணியில் பங்கேற்க நம் தோழர் ஸ்ரீராம ரெட்டி பல மாதங்களுக்கு முன் என்னை அழைத்தார். இப்போதுதான் நான் வர முடிந்தது. நான் இந்தப் பேரணியில் பங்கு கொள்ளத் தீர்மானித்ததும், சங் பரிவாரத்தின் சகிப்பின்மை வெளிப்படையாக வெளிப்பட்டது. ஆர்.எஸ்.எஸ்., பாஜக தலைவர்கள் என்னை இங்கே கால் பதிக்க விட மாட்டோமெனக் கூறினர். கேரளத்துக்கு வெளியே எங்குமே என்னைக் கால் பதிக்க விடமாட்டோமென்று கூட ஒரு சிலர் ஒரு படி மேலே சென்று கொக்கரித்தனர்.

நான் இதைத்தான் ஆர்.எஸ்.எஸ்.சுக்குச் சொல்ல வேண்டியுள்ளது. நான் முதலமைச்சர் ஆன பிறகு, எனக்குப் போலீஸ் பாதுகாப்பு உள்ளது. என்னைப் பாதுகாக்கும் பொறுப்பு அவர்களுக்கு உள்ளது. அதை உறுதிப்படுத்த அவர்களிடம் ஆயுதம் உள்ளது. நீங்கள் விரும்பினால், நான் ஆயுதங்களின் பாதுகாப்பில் பிரயாணப் படுகிறேன் என்று நீங்கள் சொல்லிக் கொள்ளலாம். அது நமது ஆட்சி முறையின் ஒரு பகுதி.

பினராயி விஜயனாகிய நான் ஒரே நாளில் முதலமைச்சர் பதவியில் வந்து குதித்து விடவில்லை. ஆர்.எஸ்.எஸ். ஆகிய உங்களைப் பற்றி அறியாதவனும் அல்ல, நேரடியாகத் தெரிந்தவன். உங்களைப் பார்ப்பது, உங்களை அறிவதன் மூலமே எப்போதும் என் அரசியல் செயல்பாடு இருந்துள்ளது. நான் தற்போது போலீசின் ஆயுதங்களின் பாதுகாப்பில் பிரயாணம் செய்கிறேன். ஆனால் அது இல்லாமல் நான் பிரயாணம் செய்த காலம் உண்டு. நான் எனது கல்வியை தலைச்சேரி ப்ரென்னென் கல்லூரியில் முடித்து விட்டுப் பொது வாழ்க்கைக்கு வந்த காலம். இப்போது புதிதாக ஆர்.எஸ்.எஸ்.சுக்கு வந்துள்ளவர்களுக்கு அது தெரியாவிட்டால், பழைய ஆர்.எஸ்.எஸ். காரர்களிடம் கேட்கலாம். அப்போது நீங்கள் உருவிய கத்திகளுக்கிடையிலும், நீங்கள் உயர்த்திப் பிடித்த கத்திகளுக்கிடையிலும் நான் நடந்தேன்.

அப்போதே உங்களால் எதுவும் செய்ய முடியவில்லை எனும்போது, இப்போது என்ன செய்து விட முடியுமென நினைக்கிறீர்கள்? மத்திய பிரதேசத்துக்கு எனது பயணத்தைத் தடுத்து நிறுத்தி விட்டது குறித்து நீங்கள் பேசிக் கொண்டிருக்கிறீர்கள். பதவியில் இருக்கும் முதலமைச்சர் என்ற முறையில், அந்த மாநிலத்தின் அரசு சொல்வதை ஏற்க வேண்டிய குறைந்தபட்ச நாகரிகம் உண்டு. அந்த அரசு நான் அங்கு செல்ல வேண்டாமெனக் கேட்டுக் கொண்டது, நான் ஏற்றுக்கொண்டேன். ஆனால் பினராய் விஜயன் ஒரு முதலமைச்சராக இருந்திராவிட்டால், இந்திரனோ, சந்திரனோ கூட என்னைத் தடுத்து நிறுத்தியிருக்க

முடியாது. எனவே உங்களது மிரட்டல்கள் என்னைத் தூண்டிவிட முடியாது. பிறகு ஏன் இந்தத் தேவையற்ற அறிக்கைகளை விட்டுக் கொண்டிருக்கிறீர்கள்?

இத்தகைய சக்திகளுக்கு நம் நாடு ஏற்கெனவே உறுதியாக பதிலளித்துள்ளது. இங்கு வருவதையும், பேசுவதையும் தடுப்பது என்ற நிலைப்பாட்டை இங்குள்ள அனைத்து முற்போக்கு மக்களும் கண்டித்துள்ளனர்.

அந்த அனைத்து முற்போக்கு மக்களுக்கும், ஊடகத்துக்கும் ஆர்.எஸ். எஸ்.சின் இந்த நிலைப்பாட்டுக்கெதிராக நின்றதற்காக எனது நன்றியை உரித்தாக்குகிறேன். அனைவருக்கும் எனது வாழ்த்துகள்.

* * * *

ஆர்.எஸ்.எஸ். பயங்கரவாதம்

கேரளத்தில் அரசியல் வன்முறை என்று அழைக்கப்படுவது குறித்து, குறிப்பாகக் கண்ணூரில் நடப்பது குறித்து நாடெங்கிலும் ஒரு அரசியல் ரீதியான விவாதம் கிளப்பி விடப்படுவதை யாரும் காணாமல் இருக்கக் கூடாது. [15] இதன் அரசியல் நோக்கம் என்னவென்றால் கேரளத்தில் சட்டம், ஒழுங்குப் பிரச்சனை மிக மோசமான நிலையில் உள்ளது என்ற கருத்தை உருவாக்குவதாகும்.

கேரளத்தில் சட்ட ஒழுங்கு என்பது ஒரு உள்நோக்கத்துடன் ஒரு பிரச்சனையாக உருவாக்கப்படுவது இதுவே முதன்முறையல்ல. தொடக்கத்திலிருந்தே, அதாவது 1957லிருந்தே கேரளத்தின் ஜனநாயக ரீதியாகத் தேர்ந்தெடுக்கப்பட்ட இடதுசாரி அரசைக் கவிழ்ப்பதற்கு இதைக் காரணமாக்கும் முயற்சி நடந்தே வருகிறது. நான் கடந்த கால விவகாரங்களுக்குப் போகத் தேவையில்லை. அது எல்லோரின் நினைவிலும் உள்ளது. [16] 1957ஆம் வருட அரசானது வகுப்புவாதிகள், ஏகாதிபத்திய வாதிகள் இருவரின் ஒன்றிணைந்த பிரச்சாரத்தின் மூலமாகக் கவிழ்க்கப்பட்டது என்பதைச் சொல்லத் தேவையில்லை. தற்போதைய நிகழ்வுகளை கடந்த காலத்தின் பின்னணியில் காண வேண்டியுள்ளது.

இப்போது நாம் சமீபகால உண்மைகளைக் காணலாம். ஒருபுறம் 2016இல் இடதுசாரி அரசு பதவியேற்றதால், மாநிலத்தில் சிபிஐ(எம்) தொண்டர்கள் ஆர்.எஸ்.எஸ்.சால் கொல்லப்பட்டுள்ளனர். 200க்கு மேற்பட்டோர் கடுமையாகத் தாக்கப்பட்டு மோசமான காயங்களை அடைந்தனர். அதைத் தவிர, 80க்கு மேற்பட்ட வீடுகளும், 35 கட்சி அலுவலகங்களும் தாக்கப்பட்டு அழிக்கப்பட்டுள்ளன. இவையெல்லாம் திட்டமிட்டு ஏற்பாடு செய்யப்பட்ட தாக்குதல்கள். மறுபுறம், காங்கிரசும் ஐக்கிய ஜனநாயக முன்னணியும் இந்தத் தாக்குதல்களை துரோகத்தனமான அமைதியைக் கடைப்பிடிப்பதன் மூலம் அங்கீகரித்துள்ளன.

---

15. 'கேரளத்தில் ஆர்.எஸ்.எஸ். பயங்கரம்' கண்காட்சி தொடக்க விழாவில் 2016, நவம்பர் 16 அன்று பேசியது.

16. அப்படி நினைவில்லாவிட்டால்: 1959ஆம் வருடத்தில் இ.எம்.எஸ். நம்பூதிரிபாட் தலைமையிலான இடதுசாரி அரசை அகற்ற மத்திய அரசு ஜனநாயக விரோதக் கொள்கையை அமல்படுத்தியது. விமோசன சமரம் என்ற கம்யூனிஸ்ட் விரோத இயக்கமானது அரசியலமைப்புச் சட்ட விதி 356இன் படி அரசைக் கவிழ்க்கப் பயன்படுத்தப்பட்டது.

பாஜக தலைமையுடன் பேச்சு வார்த்தை நடத்தவும், கண்ணூரில் வன்முறைக்கு முடிவு கட்டவும் தயார் என்று சிபிஐ(எம்.) தெளிவாகக் கூறியுள்ளது. அமைதி நிலவுவதற்கு கட்சி உறுதியுடன் உள்ளது. இதை மனதில் கொண்டுதான் அரசு கண்ணூரில் நிலவும் பதற்றத்துக்கு முடிவு கட்ட முன்முயற்சி எடுத்தது. கொச்சிக்கு வருகை தந்த ஆர்.எஸ்/எஸ். தலைவர் மோகன் பகவத் கண்ணூரில் நிரந்தரமாக அமைதி ஏற்படுத்தவும், பேச்சுவார்த்தை மூலம் பிரச்சனைகளைத் தீர்க்கவும் ஆர்வம் தெரிவித்தார். ஆனால் உண்மை என்னவென்றால், ஆர்.எஸ். எஸ்.ஸோ அல்லது பாஜகவோ தீவிரமான அமைதிப் பேச்சுவார்த்தைக்கு யாரையும் அனுப்புவதில் தயக்கத்துடனே உள்ளன. இதுவரை இதுதான் அவர்களது நிலைப்பாடாக இருந்துள்ளது. முன்பும் கூட, நிரந்தர அமைதிக்காக விவாதிக்க அனைத்துக் கட்சி மாநாடுகள் நடத்தப்பட்டுள்ளன. ஆனால், பொதுவாக பாஜக அதைப் புறக்கணித்து விடும். அதனால்தான் அனைத்துக் கட்சி மாநாடுகள் தமது உறுதிமொழியை நடைமுறைப்படுத்துவதில் தோல்வியுற்றன. இது பாஜகவின் அணுகுமுறையாக இருக்கும் அதே நேரத்தில், தமது தோழனின் உடல் எரியூட்டப்பட்டிருக்கும் போது கூட, சிபிஐ(எம்.) தொண்டர்கள் மாநாட்டுக்கு விரைந்தோடும் அனுபவம் கொண்டவர்கள். விஷயங்களை நேராக்குவதற்கு நான் இந்த அனைத்தையும் விவரமாகக் கூறுகிறேன்.

ஓராண்டுக்கு முன்னால் (2015, செப்டம்பர் 2) டெக்கான் கிரானிகில், கேரளத்தில் கடந்த ஐந்தாண்டுகளில் நடந்த அரசியல் படுகொலைகளில், கொல்லப்பட்டவர்களில் 60% இடதுசாரி முன்னணியினர் என்று தெரிவித்துள்ளது. கேரளாவில் நடக்கும் வன்முறை குறித்துக் கூக்குரல் எழுப்புபவர்கள் ஒன்றைப் புரிந்து கொள்ள வேண்டும். பிரதமர் நரேந்திர மோடியின் டிஜிட்டல் இந்தியா திட்டத்தின் கீழ் அளிக்கப்பட்டுள்ள புள்ளி விவரங்களின்படி கொலைகள் விகிதத்தில் குஜராத் முன்னணியில் உள்ளது. பத்து லட்சம் பேரில் எத்தனை பேர் கொல்லப்படுகிறார்கள் என்பதைக் கணக்கிட 2001 மக்கள் கணக்கீடு பயன்படுத்தப்பட்டது. அந்தப் புள்ளி விவரத்தின்படி, 2001லிருந்து 2010 வரை, ஒவ்வொரு வருடத்திலும், கேரளத்தை விட குஜராத்தில்தான் அதிக கொலைகள் நிகழ்ந்துள்ளன. எனினும் கூட கேரளாதான் சட்ட ஒழுங்குப் பிரச்சனையால் சீர்கேடடைந்ததாகச் சித்தரிக்கப்படுகிறது.

46 ஆண்டுகளில் 198 சிபிஐ(எம்) தொண்டர்கள் கொல்லப்பட்டுள்ளனர் என்பதைக் கவனத்தில் கொள்ள வேண்டும். கண்ணூர் மாவட்டத்தில் மட்டும் 1970லிருந்து 65 சிபிஐ(எம்) தொண்டர்கள் கொல்லப்பட்டுள்ளனர். கேரளத்தில் குரூரமான படுகொலைகளைக் கட்டவிழ்த்து விட்டவர்கள்

கேரளத்தை வன்முறையால் பீடிக்கப்பட்ட மாநிலம் என்று சித்தரிக்க முயல்கின்றனர். அது உண்மைதான்; வன்முறை அங்கு இருக்கிறது. அது இருப்பதன் காரணம் பாஜக-ஆர்.எஸ்.எஸ். இணை அங்குள்ளது என்பதால்தான்.

ஆர்.எஸ்.எஸ். பயங்கரவாதத்தின் முதல் தியாகி யு.கே.குன்ஹிராமன். அவர் 1970இல் தெலிசேரியில் நடந்த வகுப்புவாத வன்முறையின்போது சிறுபான்மையினரின் உயிர்களைக் காக்கப் போராடியதற்காக ஆர்.எஸ்.எஸ்.சால் கொல்லப்பட்டார். 1972, ஜனவரி 4 அன்று நடந்த ஒரு மோதலில் அவர் கொல்லப்படவில்லை. அப்போது ஒரு மோதல் நடைபெறவேயில்லை. அவர் சிறுபான்மையினரைக் காப்பாற்ற முயன்ற ஒரே ஒரு செயல்தான் ஆர்.எஸ்.எஸ்.காரர்களைத் தூண்டிவிட்டது. அவர் ஒரு ஆர்.எஸ்.எஸ். தாக்குதலிலிருந்து மெருவம்பாயி மசூதியைப் பாதுகாத்துக் கொண்டிருந்தார். முஸ்லிம்களுக்கெதிராகத்தான் ஆர்.எஸ்.எஸ். தமது தாக்குதலைக் கட்டவிழ்த்து விட்டது. அவர்கள் தோழர்.குன்ஹிராமனைத் தாக்கியபோது, ‘ இந்த மாப்பிளாக்களின் மகனை ஒழித்துக் கட்டுங்கள்’ என்று கோஷமிட்டனர். இந்தப் பின்னணியில்தான் வித்தியாத்தில் கமிஷன் சிபிஐ(எம்)ஐயும், மதச்சார்பின்மையைப் பாதுகாப்பதில் அது தலையிட்டதையும் பாராட்டியது[173.]

தற்போதைய தொடர்கொலைகள் தோழர்.சி.வி.ரவீந்திரனின் படுகொலையுடன் தொடங்கின. அவர் 2016 சட்டமன்றத் தேர்தல் முடிவுகள் தர்மடத்தில் அறிவிக்கப்பட்டபோது, இடதுசாரி முன்னணி நடத்திய வெற்றிப் பேரணியில் பங்கேற்றிருந்தார். அவர் கொல்லப்பட்டது மட்டுமல்ல, அவரது குழந்தைகளும் தாக்கப்பட்டனர். அவர்கள் மீது குண்டு வீசப்பட்டது. அதிசயமாக அவர்கள் உயிர் தப்பிவிட்டாலும், அவர்கள் உடல் முழுதும் காயங்கள் ஏற்பட்டன. தேர்தல்களுக்குப் பிறகு நான் எனது தொகுதியை விட்டு திருவனந்தபுரம் செல்ல வேண்டியிருந்தது. காலம் கடந்து சென்றாலும், அந்தக் கொடூரமான காட்சியை அழித்து விட முடியாது. 2016 மே மாதம் இடதுசாரி முன்னணி பதவியேற்ற பிறகு ஆர்.எஸ்.எஸ்.சால் 6 சிபிஐ (எம்.) தொண்டர்கள் கொல்லப்பட்டுள்ளனர். கடைசியாகக் கொல்லப்பட்ட தோழர் மோகனன் உள்ளூர் கள்ளுக்கடையில் ஒரு தொழிலாளி. அவர் சிபிஐ(எம்.) மின் கிளைச் செயலாளர் என்பதாலேயே கொல்லப்பட்டார்.

இந்தத் தாக்குதல்களின் பின்னாலுள்ள நோக்கம், மக்களை மிரட்டி அவர்களை சிபிஐ(எம்) மிலிருந்து விலகிச் செல்ல வைப்பதாகும்.

---

17. தெலிசேரி கலவரங்கள் குறித்து விசாரணைக் கமிஷனின் அறிக்கை, நீதிபதி ஜோசப் வித்தியாத்தில் அறிக்கை)

ஆனால் கண்ணூரில் நடப்பது இதற்கு நேர் எதிரானது. உள்ளாட்சித் தேர்தலில் இடதுசாரி முன்னணி பெற்ற வாக்கு விகிதம் இப்போது கூர்மையாக உயர்ந்திருக்கும் அதே வேளையில் பாஜகவின் வாக்கு எண்ணிக்கை கூர்மையாகச் சரிந்துள்ளது. நாளுக்கு நாள் பாஜக மக்களிடமிருந்து அன்னியப்பட்டு வருகிறது. பாஜகவின் கொடூரமான கொலைகளாலும், வன்முறையாலும் விரக்தியுற்ற அதன் பல தலைவர்களும், தொண்டர்களும் அதிலிருந்து விலகி சிபிஐ(எம்)மில் இணைய விருப்பம் தெரிவித்துள்ளனர். இது ஏன் நடக்கிறது? பாஜகவில் இருக்கும் அணிகள் கூட சிபிஐ(எம்)தான் அமைதி, வளர்ச்சிக்கு முழுமனதுடன் நிற்கும் கட்சி என்று உணர்வதால்தான் இது நடக்கிறது. மோடி அலை நாடு முழுதும் வீசிக் கொண்டிருக்கிறது என்று பிரச்சாரம் நடந்து கொண்டிருந்த போதுதான் பாஜகவின் தொண்டர்கள் பலர் தமது தேசிய கவுன்சில் உறுப்பினர் மற்றும் மாவட்டச் செயலாளர் தலைமையில் அதிலிருந்து விலகி சிபிஐ(எம்)மில் இணைந்தனர்.

பாஜகவின் பொய்ப்பிரச்சாரத்தின் அடியில் மறைந்திருக்கும் உண்மைகளை மக்கள் அதிகமாக உணரத் தொடங்கியுள்ளனர். பையனூர் சிபிஐ(எம்)மின் கோட்டை. அங்கு பாஜக இருந்தால் கூட அது மிகவும் அணுவளவே ஆகும். இங்கு மோதல் என்று எதுவும் நடைபெற முடியாது என்றாலும், இங்கு வார்த்தைக்கு அர்த்தமுள்ள வகைகளில் தன்ராஜ் என்ற சிபிஐ(எம்) தொண்டர் எந்த ஆர்.எஸ்.எஸ். சால் கொடூரமாகக் கொல்லப்பட்டார்.

சிபிஐ(எம்)முக்கு பெரிய அளவில் தளமில்லாத செருவாஞ்சேரி என்ற பகுதி உண்டு. அங்கு சங் பரிவாரத்தின் சில ஊழியர்கள் பாஜகவின் ஒரு முக்கியமான தலைவரின் தலைமையில் சிபிஐ(எம்) முடன் ஒத்துழைக்க முடிவெடுத்தனர். அதைத் தொடர்ந்து அவர்களின் தலைவர்களில் ஒருவர் கூத்துப்பரம்பின் மண்டல பஞ்சாயத்துத் தலைவரானார். இதில் ஆத்திரமடைந்து, பாஜக – ஆர்.எஸ்.எஸ். குண்டர்களால் செருவாஞ்சேரி கட்சி அலுவலகம் சிபிஐஎம் முப்பது முறைக்கும் மேல் தாக்கப்பட்டது. இந்தத் தாக்குதல்கள் காரணமாக சிபிஐ(எம்) தனது அலுவலகத்தை வேறு இடத்தில் கட்ட நேர்ந்தது.

வரைமுறையற்ற இந்தத் தாக்குதல்கள் தமது போட்டிக்காக கொள்வதற்காக நடத்தப்படுவதாகத் தோன்றுகிறது. ஆர்.எஸ்.எஸ். சுடன் தொடர்புடையதாகக் கூறப்படும் ஒரு ஆயுதமேந்திய கும்பல் மாணவர் சங்கத் தொண்டர் சிவபிரசாத் வெளியில் சென்றிருந்த போது அவரது வீட்டுக்குச் சென்று ஒரு கோவில் கமிட்டியின் நிர்வாகியான

அவரது தந்தை திரு நாராயணன் நாயரை கொடூரமாகப் படுகொலை செய்தது.

சமீபத்தில் பாஜகவின் தேசிய மாநாடு கேரளத்தில் கோழிக்கோட்டில் நடந்தது. அங்கு விடப்பட்ட அறைகூவல், மார்க்சிஸ்டுகளுக்கு எதிர்வினை ஆற்றுவது என்பதாகும். அதற்கு முன்னால் ஆர்.எஸ்.எஸ். சின் சிறப்பு 'அமர்வு' நடைபெற்றது. அதில் அதன் சர்சஞ்சாலக் மோகன் பகவத் கலந்து கொண்டார். அதிலும் மார்க்சிஸ்டுகளுக்கு எதிர்வினை ஆற்றுமாறு ஆர்.எஸ்.எஸ். தொண்டர்களுக்கு அறைகூவல் விடப்பட்டது. இந்த மாநாட்டுக்குப் பிறகு பாஜகவின் வன்முறை அரசியல் வேகப்பட்டுள்ளது என்பதைக் கவனிக்க வேண்டும். இந்த மாநாட்டுக்குப் பிறகு சிபிஐ(எம்)மின் ஐந்து தொண்டர்கள் அடுத்தடுத்துக் கொல்லப்பட்டனர்.

அண்மையில் சமூகநலத்துறை அமைச்சர் ஏ.கே.பாலன் தலைமையில் கூட்டப்பட்ட ஒரு நல்லிணக்கக் கூட்டத்தில், எந்தப் பகுதியிலிருந்தும் எந்தத் தூண்டுதலும் இருக்கக் கூடாது என்று ஒப்புக் கொள்ளப்பட்டது. அது முடிந்த சில மணி நேரத்திலேயே, ஒரு வாலிபர் சங்கப் பேரணியின் மீது குண்டு வீசப்பட்டதில் இரண்டு வாலிபர் சங்கத் தொண்டர்கள் படுகாயமடைந்தனர். இந்த வகையில்தான் நல்லிணக்க முயற்சிகளை அவர்கள் சீர்குலைக்கின்றனர்.

தேசத்தந்தையான மகாத்மா காந்தியை ஒரு மதவெறியர்தான் கொலை செய்தார் என்பது அனைவரும் அறிந்ததே. நாதுராம் கோட்சே ஒரு நபரல்ல, ஒரு கோட்பாடு. அந்த விஷக் கோட்பாட்டால் வழிநடத்தப்படும் சக்திகள் ஒருபுறம் அவரது பெயரால் ஒரு புனிதஸ்தலம் அமைக்கப்பட வேண்டுமென்று குரல் கொடுக்கின்றனர். மறுபுறம் ஒரு மத அடிப்படையிலான நாட்டை அமைக்கும் நோக்கத்துடன் நாட்டின் மதச்சார்பற்ற சமூக அமைப்பைச் சீர்குலைக்கத் தொடங்கினர்.[18] இந்த விரிந்த கோட்பாட்டை மனதில் வரித்துக் கொண்டுதான் வகுப்புவாதம், இனவாதத்தை கொண்டிருக்கும் அந்தக் கட்சி தமது நெஞ்சில் தேச மாண்புகளை நெருக்கமாகக் கொண்டிருக்கும் மதச்சார்பற்ற ஜனநாயகக் கட்சிகளை அகற்றி விட முயல்கிறது. மனிதாபிமானத்திலிருந்து மதச்சார்பின்மை வரை உயர்ந்த இலட்சியங்களைக் கொண்டுள்ளதாக இருப்பதால் சிபிஐ (எம்) அதன் இலக்காக இருக்கிறது. இந்த இலட்சியங்கள் சங் பரிவாரத்துக்கு நேர் விரோதமானவை.

---

18. முகமது அலி, 'இந்து மகாசபா கோயில்களில் கோட்சே சிலைகளை அமைக்கப் போகிறது'. ராஜீவ் ஸ்ரீவத்சா 'இந்து மகாசபா கோட்சே கோயில்களைக் கட்டப் போகிறது', டைம்ஸ் ஆஃப் இந்தியா, 2014, டிசம்பர் 23)

இன்றைய இந்தியாவில் மதச்சார்பின்மைக்கு இருக்கும் ஒரே உறுதி இடதுசாரிகள் விழிப்புடனும், கவனத்துடனும் இருப்பது மட்டுமே. அதனால்தான் இடதுசாரிகள் சங் பரிவார சக்திகளால் எதிரியாக அறிவிக்கப்பட்டுள்ளனர். சங் பரிவாரத்தின் குணாம்சம் நாசிச-பாசிச சக்திகளின் குணாம்சத்திலிருந்து எந்த வகையிலும் வேறுபட்டதல்ல என்பதற்கு வரலாறு நமக்குப் போதிய ஆதாரங்களை அளிக்கிறது. ஆர். எஸ்.எஸ்.சை நிறுவிய டாக்டர் ஹெட்கேவரின் ஆசிரியரான டாக்டர் பி.எஸ்.மூஞ்சே நாசிக்கில் மத்திய இந்து இராணுவக் கல்வி நிறுவனத்தை அமைப்பதற்கு முன்பாக பாசிச சர்வாதிகாரி முசோலினியைச் சந்திக்க இத்தாலிக்குச் சென்றார். இந்துத்துவ சக்திகளின் நிறுவனர்கள் ஜெர்மனியில் இனவாதப் பெருமைதான் உச்சத்தில் இருக்கிறது எனவும், அதனைப் பின்பற்றி முஸ்லிம்கள், கம்யூனிஸ்டுகள், கிருத்துவர்கள், பார்சிக்கள் மற்றும் பிறரை ஒழித்துக் கட்டுவதன் மூலம் நாம் பலன் பெற வேண்டுமெனவும் பதிவு செய்துள்ளார்.

'நாட்டிற்குள் இந்துத்துவாவிற்கு விரோத எண்ணம் கொண்டவர்கள் வெளியிலிருந்து வரும் ஆக்கிரமிப்பாளர்களை விடப் பெரிய அளவுக்கு தொந்தரவானவர்கள்'[19] என்று கோல்வால்கர் எழுதியுள்ளார். அவர் மூன்று உள்நாட்டு ஆபத்துக்களை அடையாளம் கண்டார்: 1. முஸ்லிம்கள், 2.கிருத்துவர்கள், 3.கம்யூனிஸ்டுகள். அவர் மேலும் எழுதினார், "தனது இனம் மற்றும் கலாச்சாரத் தூய்மையைப் பாதுகாக்க ஜெர்மனி நாட்டிலுள்ள ஓரிறை இனமான யூத இனத்தவரை ஒழித்துக் கட்டுவதன் மூலம் ஜெர்மனி உலகையே அதிர்ச்சிக்குள்ளாக்கியது. அங்கு இனப் பெருமையின் மிக உயர்ந்த வடிவம் வெளிப்பட்டது. வேர்வரை வேறுபட்டிருக்கும் இனங்களும், கலாச்சாரங்களும் எப்படி இரண்டறக் கலந்து ஒன்றாக முடியாது , அவை ஒரேயடியாக ஒழித்துக் கட்டப்பட வேண்டும் என்பதை ஜெர்மனி காட்டியுள்ளது. அது இந்துக்களாகிய நமக்கு ஒரு நல்ல பாடம், அதிலிருந்து இந்துஸ்தானம் பலன் பெற வேண்டும்". 1939இல் கோல்வால்கர் பிரகடனம் செய்தது என்ன? 'இந்துஸ்தானத்தில் நாம் பலன் பெற வேண்டுமென்றால், நாம் இந்தப் பாடத்தைப் பின்பற்ற வேண்டும்.' அது என்ன பாடம்? பாசிசப் பாடம் நாசிசப் பாடம் இரண்டும்.

கேரளத்தில் சங் பரிவாரம் கட்டவிழ்த்து விட்டுள்ள பயங்கரவாதம் இந்தப் பெரிய திட்டத்தின் ஒரு பகுதியே. வகுப்புவாத ஆவேசத்தைத் திணிப்பதன் மூலம் ஒரு பாசிச மேலாதிக்கத்தை உருவாக்குவது,

---

19. எம்.எஸ்.கோல்வால்கர், சிந்தனைக் கொத்து, (1980 இரண்டாம் பதிப்பு, பங்களூர் ஜாகரன பரகஷனா, பக்.232-33

சமூகத்தின் மதச்சார்பற்ற தன்மையை சீர்குலைப்பதன் மூலம் அதைச் செய்வது; பிறகு ஒரு மத அடிப்படையிலான நாடாக, சிறுபான்மையினரை, விளிம்புநிலை மக்களை, வறியவர்களை ஒழித்துக் கட்டும் அமைப்பாக்குவது என்பதுதான் அவர்களது பெரும் திட்டம்.

இந்தப் பின்னணியில்தான் ஆர்.எஸ்.எஸ். உருவாக்கிய கொடூரமான காட்சிகளைக் கொண்டு தில்லியில் வைக்கப்பட்டுள்ள இந்தக் கண்காட்சி மிகுந்த முக்கியத்துவம் பெறுகிறது. அது ஆவணங்களை நேராக்குகிறது, சந்தேகங்களை போக்குகிறது, தவறான புரிதல்களை திருத்துகிறது, அனைத்துக்கும் மேல், ரத்த வெறி கொண்ட சங் பரிவாரத்தின் கொடூர முகத்தை, இரத்த வெறி பிடித்த அதன் இயற்கை குணத்தையும் அது அம்பலப்படுத்துகிறது.

ஆர்.எஸ்.எஸ். பொய்கள், ஏமாற்றுக்களின் மேல் கட்டப்பட்ட ஒரு அமைப்பு. அவர்களது குருவான கோல்வால்கர், தமது சிந்தனைக் கொத்து(1966) என்ற புத்தகத்தில் கம்யூனிஸ்டுகள் சிறுபான்மையினருடன் சேர்ந்து இந்தியாவுக்கான அவர்கள் வடிவமைத்த இந்திய மாதிரிக்கு ஆபத்தானவர்கள் என்று எழுதியுள்ளார். சங் பரிவாரம் இந்திய தேசியக் கொடியையும், இந்திய அரசியலமைப்புச் சட்டத்தையும் ஏற்க மறுக்கிறது. பல்வேறு தருணங்களில் அவர்கள் அவை இரண்டுக்கும் விடுக்கும் பச்சையான அவமதிப்பை நாம் காண முடியும். மக்களை தனிமைப்படுத்திப் பாகுபாடு காட்டும் ஆர்.எஸ்.எஸ். அரசியலை கேரளாவில், குறிப்பாக வட கேரளத்தில் காண முடியும். வெறுப்பு அரசியலை முன்வைக்கும் ஆர்.எஸ்.எஸ். முஸ்லிம்கள், தலித்துக்கள், வடகிழக்கு மக்கள், பழங்குடியினர், பெண்கள், சிறுபான்மை பாலினத்தவர் ஆகியோரையெல்லாம் அன்னியர் என்றே குறிப்பிடுகிறது. அது வி.டி. சாவர்க்கரை வழிபடும் போலி தேசியவாதத்துடன் இணைந்துள்ளது. அவர் இந்திய விடுதலைப் போராட்டத்தில் பங்கேற்கவில்லை என்பதை அது வசதியாக மறந்து விடுகிறது.

சங்பரிவாரத்தின் கீழ் இந்தியா முழுதும் பரவிய வகுப்புவாத வன்முறைகள், மகாராஷ்டிராவில் கம்யூனிஸ்டுகள் மீது நடத்திய வன்முறையால் அங்கு வளர்ச்சி பெற்றது ஆகியவற்றைப் பற்றியெல்லாம் நாம் விமர்சனத்துடன் அணுக வேண்டும். அவர்கள் 1971இல் தெலிசேரியில் வன்முறையைத் தூண்ட முயற்சித்ததை சிபிஐ(எம்.) முறியடித்தது. அந்தக் கலவரத்தை விசாரித்த வித்தியாத்தில்

கமிஷன், சிறுபான்மையிரைப் பாதுகாக்கக் களத்தில் நின்ற ஒரே கட்சி சிபிஐ(எம்.) என்று பதிவு செய்துள்ளது. சிபிஐ(எம்.) கமிஷன் முன்னால் ஆஜராகி விளக்கமளிக்கவில்லை என்ற போதும் அது இந்தப் பதிவைச் செய்துள்ளது குறிப்பிடத்தக்கது. பின்னர் கடுமையாக ஆயுதமேந்திய சங் பரிவாரங்கள் மாநில எல்லையைக் கடக்க முயன்றதைத் தடுத்து நிறுத்தியது. குறிப்பாக வகுப்புவாதிகளுக்கெதிரான போராட்டத்தில் விவசாயத் தொழிலாளர்கள், பீடி தொழிலாளர்கள், இளைஞர்கள், மாணவர்கள் ஆகியோர் முன்னின்றனர். இந்தப் பாதுகாப்புப் போராட்டத்தால் அதன் பின்னர் வந்த ஆண்டுகளில் நமது தோழர்கள் 200 பேர் சங் பரிவாரத்தின் வாட்களுக்குப் பலியாயினர்.

கேரளத்தில் சிபிஐ (எம்)தான் ஆர்.எஸ்.எஸ்.ஸுக்கு மிகப்பெரிய எதிரி. ஏனென்றால், ஆர்.எஸ்.எஸ். போலல்லாது சிபிஐ(எம்)முக்கு மக்களிடையே பெரும் செல்வாக்கு உள்ளது. அவர்கள் மாநிலத்துக்குள் நுழையக் கடுமையான முயற்சிகளை மேற்கொண்ட போதும், இடதுசாரிகளுடன் வலுவாக நிற்கும் மக்களின் மனதை அவர்களால் வெல்ல முடியவில்லை. இந்த மக்கள் ஆதரவால்தான் சிபிஐ(எம்)மும், இடதுசாரி முன்னணியும் மாநிலத்தில் அறுதிப் பெரும்பான்மை மக்கள் ஆதரவை, குறிப்பாகக் கண்ணூர் மக்கள் ஆதரவைப் பெற்றுள்ளது. இதுதான் ஆர்.எஸ்.எஸ்.சை ஆயுதங்களிடம் சரணடைவதைத் தவிர வேறு வழியில்லாமல் செய்கிறது. இந்த சமூக அம்சம்தான் ஆர்.எஸ். எஸ். ஒழிக்க விரும்பும் மதச்சார்பின்மையின் பக்கம் வலுவாக நின்று பாதுகாக்கும் கம்யூனிஸ்டுகளை ஒழித்துக் கட்டத் தூண்டுகிறது.

என்னை வருத்தும் விஷயம் என்னவென்றால், கண்ணூரில் ஆர்.எஸ். எஸ். கம்யூனிஸ்டுகளைக் கொடூரமாகக் கொலை செய்வது முக்கிய ஊடகங்களில் வெளிவருவதில்லை என்ற உண்மைதான். 2016, அக்டோபர் 10 அன்று, நாளை கண்ணூரில் கடையடைப்பு என்ற செய்திதான் தலைப்புச் செய்தி. இது தொலைக்காட்சியில் நிற்காமல் ஓடியது. இதன் பின்னால் ஒளிக்கப்பட்ட செய்தி என்னவென்றால், மிகவும் மதிக்கப்பட்ட கம்யூனிஸ்ட் தலைவர் மோகனன் கொடூரமாகக் கொலை செய்யப்பட்டார் என்பதாகும். அவர் படுவிளை சிபிஐ(எம்.) மின் உள்ளூர் கிளைச் செயலாளர். அவர் கண்ணூர் மாவட்டத்தில் பத்திரியாதில் வேலை செய்து கொண்டிருந்த போது வெட்டிக் கொல்லப்பட்டார்.

இங்கு புதுதில்லியில் பாஜகவினர் சிபிஐ(எம்.) மத்தியக்குழு அலுவலகத்துக்குப் பேரணியாக வந்ததை நீங்கள் நினைவு கூர

வேண்டுகிறேன். இங்கு அவர்கள் எதிர்ப்புப் பேரணி நடத்திக் கொண்டிருந்த அதே சமயத்தில் அவர்களது ஆட்கள் கண்ணூரில் எங்கள் தோழர்களில் ஒருவரைப் படுகொலை செய்து கொண்டிருந்தனர். இங்கோ கேரள மாநிலத்தில் அவர்களுக்கு எதிராக இடதுசாரி அரசு வன்முறைக்கு உதவுவதாக முழக்கம் எழுப்பிக் கொண்டிருந்தனர்.

கேரளத்திலும், மேற்கு வங்கத்திலும் கூட கடந்த சில ஆண்டுகளாக சிபிஐ(எம்.)தான் தாக்கப்பட்டு வருகிறது என்று மீண்டும் மீண்டும் கூறியும் கூட, தேசிய ஊடகம் அதைக் கண்டு கொள்வதேயில்லை. நாம் இந்தச் செய்தியை மக்களிடம் உடனே எடுத்துச் செல்வது அவசியமானது. எனவே, இந்தக் கண்காட்சியை நடத்தி, ஆர்.எஸ்.எஸ். வன்முறை பற்றிய செய்திகளை ஆங்கிலத்தில் கிடைக்கச் செய்வது அவசியமானது என்று சிபிஐ(எம்) கருதியது. இந்தக் கண்காட்சி நிச்சயமாக அதைப் பார்ப்பவர்களின் இதயத்தை நெகிழச் செய்து, கேரளத்தில் உண்மையில் என்ன நடக்கிறது என்பதைத் தெரிந்து கொள்ளச் செய்யும் என நான் நம்புகிறேன்.

* * *

மதச்சார்பின்மையும், சிறுபான்மையினரும்

மதச்சார்பின்மையின் மாண்புகளை வலுப்படுத்தும் முயற்சிகளை முன்னெடுத்துச் செல்ல நாம் இங்கே கூடியிருக்கிறோம்.[20] தனது அரசியலிலும், தனது கலாச்சாரத்திலும், தனது சமூக வாழ்க்கையின் அடிப்படையிலும், மதச்சார்பின்மையை வலுவாகப் பாதுகாக்கும் இடம் கோழிக்கோடு.

பல்வேறு பிரதேசங்களுடன் நீண்ட காலத்துக்கு முன்பே தொடர்புடைய இடம் இது. இந்த இடத்தின் கலாச்சாரமானது அராபியர்கள், சீனர்கள் மற்றும் உலகின் பல்வேறு பகுதி மக்களுடன் கலந்து பழகியதன் மூலம் உருவானது. இந்த நிலம் பல்வேறு இசைகளின் சங்கமம், உதாரணமாக கசல். இந்த நிலம் குஞ்ஞாலி மரைக்காயர்களின் நிலம். காலனியாதிக்க எதிர்ப்புப் போராட்டத்தில் துணிவான சகாப்தத்தை எழுதிய வீரர்கள் அவர்கள். பதினாறாம் நூற்றாண்டில் நான்காவது குஞ்ஞாலியான இவர் சினாவி எனும் ஒரு சீனத் தளபதியைப் பெற்றிருந்தார். அவர் இஸ்லாத்துக்கு மாறி போர்த்துகீசியர்களுக்கெதிரான போர்களில் குஞ்ஞாலியுடன் இணைந்தார். ஸமோரின், காலிஃப் இருவரையுமே தமது உரைகளில் மரியாதை செய்யும் மசூதிகள் இருக்குமிடம் கோழிக்கோடு.

தேசிய இயக்கத் தமது போராட்டங்களை நடத்திய ஒரு மண் கோழிக்கோடுமண். சுதந்திரப் போராட்டத்தின் போது கொடூரங்களை எதிர்கொண்ட போராளிகள் பி.கிருஷ்ண பிள்ளை, முகமது அப்துல் ரகுமான் ஆகியோரின் மண் கோழிக்கோடு. இது மாதிரியான போராட்டங்கள்தான் நமது நாடு அடிப்படையாகக் கொண்டிருக்கும் மதச்சார்பின்மைக்கு அடிப்படை சக்தியை அளிக்கின்றன என்பதை நாம் அங்கீகரிக்க வேண்டும். நமது அரசியலமைப்புச்சட்டமும், சமூக வாழ்க்கை விதிகளும் இத்தகைய போராட்டங்களால்தான் வடிவமைக்கப்பட்டுள்ளன.

இந்திய அரசியலமைப்புச் சட்டம் முன்வைக்கும் அடிப்படைப் பார்வைகளில் மதச்சார்பின்மை, பாராளுமன்ற ஜனநாயகம், கூட்டாட்சி, சோசலிசம் ஆகியவை மிகுந்த முக்கியத்துவமுடையவை.

---

20. வகுப்புவாத பாசிசத்துக்கெதிரான தேசியக் கருத்தரங்கம், கோழிக்கோடு, 2017, செப்டம்பர் 6

'வேற்றுமையில் ஒற்றுமை' என்ற சிந்தனையுடன் இணைந்து, கூட்டாட்சி, சோசலிசம் ஆகிய இந்த சிந்தனைகள் நம் நாட்டின் அடிப்படை அம்சங்களாகின்றன. இத்தகைய ஒரு பார்வை சர்வதேசப் பின்னணியில் தேசிய இயக்கம் முன்வைத்த பார்வைகளின் அடிப்படையில் இந்திய அரசியலமைப்புச் சட்டத்தின் தொலைநோக்கு உருவானது.

இந்தப் பார்வையை பின்னால் வந்த காங்கிரஸ் அரசுகள் நீர்த்துப் போகச் செய்தன என்பது உண்மைதான். எனினும், இத்தகைய மாண்புகள் அழிவதைத் தடுக்க முடியுமளவுக்கு இந்த நாட்டில் மக்கள் போராட்டங்கள் வலுவாக இருந்துள்ளன. ஆனால் இன்று விஷயங்கள் மாறிக் கொண்டிருக்கின்றன. இந்த நாட்டை நேசிக்கும் எவருக்கும் அவை அதிர்ச்சி அளிக்க வேண்டும்.

நாட்டை இன்று ஆளும் கட்சியான பாஜக, ஆர்.எஸ்.எஸ்.சால் வழிநடத்தப்படுகிறது. ஆர்.எஸ்.எஸ்.சின் கோட்பாடுகள் ஜெர்மெனியின் நாஜி தலைவர் இட்லரிடமிருந்து பெற்றவை. அதனால்தான் ஆர்.எஸ்.எஸ். கோட்பாட்டாளர் கோல்வால்கர் ஆர்.எஸ். எஸ். கோட்பாடு பற்றிய தனது 'நாமும் நமது தேசியவாத விளக்கமும்' என்ற புத்தகத்தில் ஜெர்மெனியின் அனுபவங்களின் அடிப்படையில் இவ்வாறு குறிப்பிடுகிறார்:

> **வேர் வரை வேறுபட்டுள்ள இனங்களும், கலாச்சாரங்களும் ஒன்றே ஒன்றாக இணைப்பது என்பது எந்த அளவுக்கு சாத்தியமற்றது என்பதை ஜெர்மனி காட்டியுள்ளது. அது**

இந்துஸ்தானம் கற்க வேண்டியதும், பயன்பெற வேண்டியதும் ஆகும்.

இதிலிருந்து என்ன தெளிவாகிறது? வேறுபட்ட கலாச்சாரங்களையும், வாழ்க்கை வழிகளையும் உள்ளடக்கியுள்ள நமது தேசியவாதம் பற்றிய பார்வையை ஆர்.எஸ்.எஸ்.ஸால் ஏற்றுக் கொள்ள முடியாது என்பதை இது காட்டுகிறது. இதன் காரணமாக ஆர்.எஸ்.எஸ்.ஸால் கட்டுப்படுத்தப்படும் பாஜகவால் இந்திய தேசியவாதத்தின் இந்த அம்சத்தைப் பொறுத்துக் கொள்ள முடியாது. இதனால்தான் பாஜக மற்ற அரசியல் கட்சிகளிடமிருந்து வேறுபட்டது என்றும் அதிக வலுவாக எதிர்க்கப் பட வேண்டியது என்று சிபிஐ(எம்) நிலையெடுக்கிறது. அதே காரணத்துக்காக சிபிஐ(எம்) பாஜகவின் கோட்பாடுகளுக்கெதிராக வலுவான நிலையை எடுக்கிறது.

வகுப்புவாத வழிகளில் பிரிந்து நிற்கும் ஒரு நாட்டில் மக்களின் நலன்கள் பாதுகாக்கப்பட முடியாது. தொழிலாளர்கள், விவசாயிகளின்

வாழ்க்கையை முன்னெடுத்துச் செல்ல இந்த நிலையை அகற்றுவது தொழிலாளி வர்க்க அரசியலின் பொறுப்பு. ஆர்.எஸ்.ஸின் அமைப்பு வடிவம் இத்தாலியின் பாசிஸ்டுகளிடமிருந்து வந்தது. இத்தாலி முசோலினியின் பார்வைகள் இதன் பின்னால் உள்ளன. ஆர்.எஸ்.எஸ்.சின் அமைப்புத் தலைவர்களில் ஒருவரான பி.எஸ்.மூஞ்சே முசோலினியை சந்தித்தார். இத்தாலிய பாசிச அமைப்பின் வடிவத்தை ஆர்.எஸ்.எஸ்.சுக்கு நகலெடுப்பது பற்றி மூஞ்சே தனது டயரியில் எழுதி வைத்துள்ளார். அடிக்கடி 'அன்னியத் தத்துவங்கள்' பற்றியே பேசிக் கொண்டிருக்கும் ஆர்.எஸ்.எஸ்.சின் இலட்சியங்களும், அமைப்பு வடிவமும் பாசிசம் போன்ற மனிதவிரோதக் கோட்பாடுகளிலிருந்து வருகின்றன என்பதை இது சுட்டிக் காட்டுகிறது.

சுதந்திரப் போராட்டத்தின் போது இந்திய தேசிய இயக்கத்தைப் பிளவுபடுத்த பிரிட்டிஷ் உபயோகித்த வழிகளில் ஒன்று வகுப்புவாத சிந்தனையை ஊக்குவிப்பது என்பதாகும். பிரிட்டிஷ் 'பிரித்தாளும்' உத்தியைக் கடைப்பிடித்த அதே நேரம், ஆர்.எஸ்.எஸ். இந்த உத்தியை அடியொற்றி தனது கொள்கைகளை வகுத்தது. *1925*இல் உருவான இந்த அமைப்பு சுதந்திரப் போராட்டத்தில் கலந்து கொள்ளாதது மட்டுமல்ல, அது சுதந்திரப் போராட்டத்தை நிராகரிக்கிறது என்று தோன்றும்படி நிலைப்பாடுகளை எடுத்தது. 'சிந்தனைக் கொத்து' என்ற தனது புத்தகத்தில் ஆர்.எஸ்.எஸ்.சின் கோட்பாட்டு ஆசிரியர் எம்.எஸ். கோல்வால்கர், இந்து முஸ்லிம் ஒற்றுமையை வெறுப்புடன் குறிப்பிடுகிறார். அவர் தனது புத்தகத்தில் கூறுகிறார்,

> 'இந்து முஸ்லிம் ஒற்றுமை இல்லாமல் சுயராஜ்யம் இல்லை' என்று பிரகடனம் செய்தோர் நமது சமூகத்துக்கு மிகப்பெரும் துரோகத்தை இழைத்துள்ளனர். அவர்கள் உயர்ந்த, பண்டைய மக்களின் வாழ்வுணர்வை அழிக்கும் கீழ்த்தரமான பாவத்தைச் செய்துள்ளனர் . . . (இது) உலக வரலாற்றில் இந்தக் காட்டிக் கொடுத்தலுக்கு இணையான பெரும் வஞ்சகம் எதுவுமில்லை.

இந்து முஸ்லிம் ஒற்றுமைக்கு மிகப்பெரும் முக்கியத்துவத்தைக் கொடுத்த காந்திஜியின் படுகொலையில் இந்த சிந்தனைதான் செயல்பட்டது என்பதை நாம் நினைவு கூர வேண்டும்.

*1857*இல் நடைபெற்ற இந்தியாவின் முதல் சுதந்திரப் போரின் போராளிகள் முகலாயச் சக்ரவர்த்தி பகதூர் ஷா ஜபாரை இந்தியாவின் பேரரசராக அறிவித்தனர். ஆனால் ஆர்.எஸ்.எஸ்.சால் அதை ஏற்க முடியவில்லை. பிரிட்டிஷ் *1857* போராட்டத்தைக் 'சிப்பாய்க் கலகம்'

என்று இழிவுபடுத்தியபோது, கார்ல் மார்க்ஸ்தான் அது நடந்து கொண்டிருக்கும் போதே அது இந்தியாவின் முதல் சுதந்திரப் போராட்டம் என்று எழுதினார். பாசிசத்திலிருந்து பெறப்பட்ட ஆர்.எஸ்.எஸ்.சின் தேசபக்தி கருத்து காலனியாதிக்கத்துக்கு எதிரான போராட்ட வரலாற்றிலிருந்து பெறப்பட்ட கம்யூனிஸ்டுகளின் தேசபக்தி பற்றிய கருத்துக்கு முற்றிலும் மாறுபட்டது.

ஆர்.எஸ்.எஸ்.சின் அரசியல் பிரிவான ஜனசங்கம் 1951இல் அது தோன்றியதிலிருந்து மக்கள் விரோதப் பொருளாதாரக் கொள்கையை ஏற்றுள்ளது என்பதை நாம் நினைவில் கொள்ள வேண்டும். 1950களிலிருந்தே ஜனசங்கம் பொதுத்துறை நிறுவனங்கள் நிறுவப்படுவதற்கு எதிராக இருந்துள்ளது. பொருளாதாரக் கொள்கையைப் பொறுத்தவரை சங்பரிவாரம் யார் பக்கம் நிற்கிறது என்பது 'சுதந்திரச் சந்தைக்கு' ஆதரவாக அது நிற்பதிலிருந்தே தெளிவாகிறது. வகுப்புவாதக் குவிப்பை வேகப்படுத்தும் அதே நேரத்தில் கட்டுப்பாடற்ற வகையில் சந்தையைக் கட்டவிழ்த்து விடும் கொள்கையை அவர்கள் முன்வைக்கிறார்கள்.

இந்திய சமூகத்தின் பெரும் அம்சம் அதன் வேற்றுமை. இந்திய தேசியவாதமானது இந்த அனைத்து வேறுபாடுகளையும் உள்ளடக்கி, ஏற்றுக்கொள்வதாகும். ஒவ்வொரு நாட்டிலும் தேசியவாதம் தனது சொந்த அம்சத்தைக் கொண்டிருக்கும். இந்தியா பற்றி குறிப்பிடத்தக்க அம்சம், இந்த வேறுபாடுகளை உள்ளடக்கி முன்னேறும் திறனாகும். இந்தத் திறன் தான் மற்ற பல தேசியவாதங்களிலிருந்து நமது தேசியவாதத்தை வேறுபடுத்துவதாகும். அனைத்து இந்தியர்களும் பேசும் பொது மொழியும் இல்லை, அனைத்து இந்தியர்களும் பகிர்ந்து கொள்ளும் பொதுவான கலாச்சாரமும் இல்லை. ஆனால் இந்தியர்கள் என்ற உணர்வு மக்களிடையே வலுவாக உள்ளது. இந்திய தேசியவாதத்தின் இந்த அம்சம் சமூகம் பற்றிய தனது கருத்துக்கு நாட்டின் வேறுபாட்டை அத்தியாவசியமானதாக உள்ளடக்கியுள்ளது. இதனை வலுப்படுத்துவது நம் நாட்டை முன்னேற்றத் தவிர்க்க முடியாததாகும். இதற்கு எதிரான எந்த அணுகுமுறையும் நம் நாடு சிதறிப் போவதற்கு இட்டுச் செல்லும் என்பதை நாம் உணர வேண்டும். சிதறிப்போன அரசியல் அமைப்பு ஏகாதிபத்தியத்தின் நலன்களுக்கே இலாபகரமானது என்பதையும் நாம் உணர வேண்டும்.

இந்திய தேசியவாதம் உருவாவதற்கான அடிப்படை மற்ற அம்சங்களுடன் சேர்த்து, பிரிட்டிஷுக்கு எதிரான போராட்டமும் ஆகும். இந்தியா என்ற நாடு என்ற உணர்வை வளர்ப்பதற்கு இட்டுச் சென்றது தேசிய இயக்கமாகும். முன்பு சமஸ்தானங்களாகத்தான்

இந்தியா இருந்த நிலை இருந்தது. நமது கேரளாவே மூன்று பிரதேசங்களை இணைத்துத்தான் உருவாக்கப்பட்டது – இரண்டு சமஸ்தானங்களும், பிரிட்டிஷ் மாகாணத்தின் ஒரு பகுதியும் இணைந்ததுதான் கேரளம்.

இவ்வாறாக, சுதந்திரப் போராட்டத்தின் தேசிய உணர்வு பல்வேறுபட்ட சமூக உலகை உள்ளடக்கி வளர முயன்றது. நமது தேசம் என்ற சிந்தனை பல்வேறு மொழிகளையும், கலாச்சாரங்களையும் ஒற்றுமைப்படுத்தி வளர்க்கப்படுவதாகும். ஒவ்வொரு பிரதேசமும் தனது சொந்த சிறப்புக்களைத் தக்க வைத்துக் கொண்டே, நாட்டை ஒன்றாக வைத்திருப்பது என்பதுதான் நமது பார்வை. எனவேதான் கூட்டாட்சியை ஆதரிக்கும் ஒரு அணுகுமுறை இங்கு எழுந்தது. மொழிவாரி மாநிலங்களை உருவாக்கியது அதன் ஒரு பகுதி. ஆர்.எஸ். எஸ். மொழிவாரி மாநிலங்கள் உருவாவதற்கு எதிராக இருந்தது என்பதை நாம் மறந்து விடக் கூடாது. தேசிய இயக்கத்தின்போது இந்தியா தனது புகழ்பெற்ற தேசபக்த கோஷங்களைப் பல்வேறு மொழிகளில் எழுப்பியது. மிகவும் அழகான தேசபக்திப் பாடலான 'சாரே ஜஹான்சே அச்சா, இந்துஸ்தான் ஹமாரா' (எல்லா உலகிலும் அழகானது எங்கள் இந்துஸ்தானம்) என்ற பாடல் முகமது இக்பாலால் எழுதப்பட்டது. இக்பால் இப்பாடலை உருது மொழியில் எழுதிய போது, சுப்ரமணிய பாரதி, 'பாருக்குள்ளே நல்ல நாடு, எங்கள் பாரத நாடு' என்று தமிழில் எழுதினார். கேரளத்தில் வள்ளத்தோல் நாராயண மேனன், 'பாரதமென்ன பேரு கேட்டால் அபிமான போரிதமாகணம் அந்தரங்கம் ('இந்தியா' என்ற பேரைக் கேட்டால், நமது நெஞ்சம் பெருமையால் பூரிக்க வேண்டும்) என்று எழுதினார். இந்தியாவின் அம்சம் என்னவென்றால் நாம் பல்வேறு மொழிகளிலும், கலாச்சாரங்களிலும் வேரூன்றியுள்ள போதே, நாம் அனைவரும் ஒன்று என்று பிரகடனம் செய்வதேயாகும். ஆனால் சங் பரிவாரமும் பிற வகுப்புவாத சக்திகளும் சமூக, கலாச்சார வேறுபாட்டை ஏற்க முடியாமல் உள்ளன.

உலகின் கலாச்சாரங்கள் அனைத்தும் பிற கலாச்சாரங்களையும், வாழ்க்கை முறைகளையும் ஏற்றுக் கொண்டுதான் வளர்ந்துள்ளன. இத்தகைய பரஸ்பர ஏற்றம் இல்லாமல் இந்த நிலமோ, கலாச்சாரமோ வளரவில்லை. மற்ற இடங்களைச் சேர்ந்த மக்களிடமிருந்து கற்றுக்கொள்ளாமல் தமது கலாச்சாரத்தையோ, மொழியையோ உலகின் எந்தப் பிரதேசத்தைச் சேர்ந்த மக்களும் வளர்த்ததில்லை.

நாம் பேசும் மலையாளமாக இருந்தாலும் சரி, இந்தியாவின் வேறு எந்த மொழியானாலும் சரி, மற்ற மொழிகளிலிருந்து சொற்களையும்,

மரபுவழக்குகளையும் பெற்றுத்தான் வளர்ந்துள்ளன. நமது உடை அணியும் வழக்கமும் பல்வேறு கலாச்சாரங்களுடன் ஊடாடியே வளர்ந்துள்ளது. இந்த வகையில்தான் பல்வேறு சமையல் அம்சங்களும் வளர்ந்துள்ளன. நமது தொழில்நுட்பமும் கூட இத்தகைய கொடுக்கல் வாங்கல் மூலம்தான் வடிவமைந்து, நமது நிலத்தின் சிறப்புக்களுக்கு ஏற்ப வளர்ந்துள்ளது.

கேரளத்தின் ஓணம் விழாக் கொண்டாட்டங்கள் கூட பல்வேறு முறைகளில் கொண்டாடப்படுகிறது. ஓணம் கொண்டாடும்போது மலபாரைச் சேர்ந்த மக்களுக்கு சைவ உணவு மிகவும் முக்கியமில்லை. ஆனால், மறுபுறம் கேரளத்தின் தென்பகுதியில் விஷயங்கள் வேறு மாதிரியானவை. எனவே நமது பாரம்பரியமானது வேறுபாடுகளிலிருந்து வளர்ந்ததாகும். வேர்ப்பகுதியில் இத்தகைய இணைப்புத்தான் மதச்சார்பின்மையின் உறுதியான அடித்தளமாக திகழ்கிறது. அந்தக் காரணத்தினால் மட்டுமே முதன்மையாக சங்பரிவாரம் இத்தகைய நடைமுறைகளை அழிக்க விரும்புகிறது. உணவு, உடைகளைப் பொறுத்த வரை மதங்களையும் தாண்டிய நமது ஒற்றுமைக்கு எதிராக அவர்கள் கூச்சலிடுகின்றனர். நம்மை வகுப்புவாரியாகப் பிரிக்கும் நோக்கத்துடன் நமது வாழ்க்கையின் அடியாழமான அம்சங்களில் குறுக்கிடும் அனைத்து முயற்சிகளையும் நாம் தடுக்க வேண்டும்.

அதற்கு, நமது நிலத்தின் அனைத்து பண்பாடுகள், வாழ்க்கை முறைகளை உள்ளடக்கி அவர்களைப் புரிந்து கொள்ள உதவக்கூடிய மேடைகளை நம்மால் உருவாக்க முடிய வேண்டும். இந்த மேடைகள் மூலமாக மக்கள் தமது அனுபவங்களைப் பகிர்ந்து கொண்டு, ஒருவர் மற்றொருவரைப் புரிந்துகொள்ள முடிய வேண்டும். மாநில அரசு அடித்தள மட்டத்தில் மதச்சார்பின்மையின்கருவிகளைவலுப்படுத்தவும், நமது கலை, பண்பாட்டு மேடைகளை வலுப்படுத்தவும் தலையிட்டுக் கொண்டிருக்கிறது. நாம் பண்பாடுகளின் கூட்டுருவாக்கத்திற்கும், தொகுத்து வலுப்படுத்துவதற்கும் சிறுபான்மையினரின் உரிமைகளைப் பாதுகாப்பதும் முக்கியமானது என்பதை உணர வேண்டும்.

மதச்சார்பற்ற பண்பாட்டையும், வேற்றுமையில் ஒற்றுமை என்ற கோட்பாட்டையும் பாதுகாப்பதற்கு சிறுபான்மையினரைப் பாதுகாப்பதும் தவிர்க்க முடியாதது. அனைவரையும் உள்ளடக்கிய ஒரு தேசியம் உறுதியாக இருப்பதற்கு சிறுபான்மையினரின் கலாச்சாரத்தையும், வாழ்க்கை முறையையும் பாதுகாக்கும் ஒரு உறுதியான தேசியம் தேவையானது. நாம் இதனை வாழ்க்கையின் ஒரு பார்வையாகவே வளர்த்தெடுப்பது தேவை. இது ஜனநாயகக்

கண்ணோட்டத்தின் ஒரு பகுதி. நாம் சமூக வாழ்க்கையை ஒருங்கிணைக்கும் வழிகளில் பெரும்பான்மை சமூகம் மேலாதிக்கம் பெற்றிருக்கும் ஒருநிலையில், சிறுபான்மை சமூகங்களுக்குத் தமது பண்பாடுகளையும், வாழ்க்கை வழிகளையும் பாதுகாத்துக் கொள்ள தவிர்க்க முடியாதபடி சிறப்புப் பாதுகாப்புகள் தேவை. இது சிறுபான்மையினரிடையே இருக்கும் பாதுகாப்பற்ற உணர்வுகளை அகற்றவும், அதனுடன் சேர்ந்து வளரும் அன்னியப்படுதல் உணர்வை அகற்றவும் உதவும். சிறுபான்மையினரின் உரிமைகளைப் பாதுகாப்பது வகுப்புவாத, பயங்கரவாத சிந்தனைகள் ஊடுருவுவதைத் தடுக்கவும் அத்தியாவசியமானது. சிறுபான்மையினரின் உரிமைகளைப் பாதுகாப்பது என்பது மதச்சார்பின்மையை வலுப்படுத்துவது, அதை அழிப்பது அல்ல என்பதை உணர வேண்டும்.

ஒரு நாட்டில் சிறுபான்மையினர் பாதுகாப்பாக உள்ளார்களா என்பதும் அந்த சமூகத்தில் மதச்சார்பின்மை, ஜனநாயகம் ஆகியவற்றின் வலுவை அளக்கும் அளவுகோல்களில் ஒன்று. இன்று இந்தியப் பின்னணியில் சங் பரிவாரம் செய்து கொண்டிருப்பது சிறுபான்மையினரிடையே பாதுகாப்பின்மையை உருவாக்குவதாகும். இந்தப் பாதுகாப்பின்மைதான் வகுப்புவாத, தீவிரவாதக் கண்ணோட்டங்களுக்கு வளமான தளத்தை அளிக்கிறது. சங் பரிவாரத்தின் இந்தத் தவறான கொள்கைகள் சிறுபான்மை வகுப்புவாதம் வலுப்பெறுவதற்கு மற்ற காரணங்களோடு இதுவும் ஒன்று என்பதை நாம் உணர வேண்டும்.

ஆர்.எஸ்.எஸ். அடிக்கடி பயங்கரவாதத்தைப் பற்றிப் பேசுகிறது. ஆனால் அதுவே நாட்டில் பயங்கரவாதத்துக்கு ஆதரவளித்துப் பரந்து விரிந்த முறையில் பணிபுரிகிறது. மாலேகாவ் குண்டுவெடிப்பு, மெக்கா மசூதி குண்டு வீச்சு, சம்ஜௌதா குண்டு வெடிப்பு ஆகியவற்றின் பின்னால் சங் பரிவாரம் இருப்பதைக் காண முடியும். இதில் பல பயங்கரவாதச் செயல்களை அவர்கள் சிறுபான்மை சமூகத்தைச் சேர்ந்த மக்களுக்கு பயங்கரவாத முத்திரை பதிப்பதற்காகவே செய்தவை. இந்தச் சம்பவங்கள் சங் பரிவாரத்தின் பிரச்சாரங்களின் வெற்றுத்தன்மையை அம்பலப்படுத்துகின்றன.

அனைத்துக் குடிமக்களுக்கும் அவர்களது சொந்த நம்பிக்கைகளைக் கொண்டிருக்க சுதந்திரம் உண்டு. அவர்கள் விரும்பும் மதத்தைப் பின்பற்றும் உரிமை உண்டு. இந்த உரிமைகளை பாதிக்கும் எந்த நடவடிக்கைகளும் ஒரு ஜனநாயக சமூகத்தில் குடிமக்களின்

உரிமைகளில் குறுக்கிடுவதாகும். நம்பிக்கையாளர்களுக்கு நம்பும் உரிமை இருக்க வேண்டும், நம்பிக்கையற்றோர் அப்படியே இருக்கவும் உரிமை வேண்டும். மதம் அரசியலில் குறுக்கிடாத, அரசியல் மதத்தில் குறுக்கிடாத ஒரு மதச்சார்பின்மையை நாம் வளர்த்தெடுக்க வேண்டும். சங் பரிவாரம் தனது வகுப்புவாத நிகழ்ச்சி நிரலை இந்தியாவில் அமலாக்க வேண்டுமென்றால், அது நமது மதச்சார்பற்ற கலாச்சாரத்தையும், நமது பாராளுமன்ற ஜனநாயக முறையையும், நமது கூட்டாட்சியையும் ஒழித்துக் கட்ட வேண்டுமென்பது அதற்குத் தெரியும். வேற்றுமையில் ஒற்றுமை என்ற தேசியப் பார்வை மீது சங் பரிவாரம் அச்சம் கொண்டுள்ளது. ஆகவே, இவை அனைத்தையும் ஒழிக்க அவர்கள் அரசாங்க இயந்திரத்தைப் பயன்படுத்திக் கொண்டிருந்தனர்.

பாஜக ஆட்சிக்கு வந்தவுடனேயே திட்டக் கமிஷன் ஒழித்துக் கட்டப்பட்டது. அவர்கள் கூட்டாட்சியின் வேரிலேயே தாக்குதல் தொடுத்தனர். திட்டக்கமிஷன் இடத்தில் உருவாக்கப்பட்ட நிதி ஆயோக் கிராம சபையைக் கூட இயக்கும், மையப்படுத்தப்பட்ட நடைமுறைகளை அறிமுகப்படுத்த முயன்று வருகிறது. ஜி.எஸ்.டி. மூலம் மாநிலங்கள் தமது சொந்த வரிகளைத் தீர்மானிக்கும் உரிமை கூட அகற்றப்பட்டு விட்டது. அவர்கள் பாராளுமன்ற முறையின் இடத்தில் அதிபர் முறையைக் கொண்டு வருவதன் மீது விவாதங்களைத் திணிக்கின்றனர். அது அதிகாரத்தைக் குவிப்பதாகும். இந்த வகையில், பன்முகத்தன்மையைப் பாதுகாக்கும் கூட்டாட்சி முறை ஒழித்துக் கட்டப்படுகிறது.

சங் பரிவாரம் வரலாற்றை வகுப்புவாதமாக்கும் திட்டத்தை அமல்படுத்தி வருகிறது. இந்தியாவில் பிரிட்டிஷார் ஆட்சி செய்தபோது இதே போன்ற திட்டங்களை செயல்படுத்தினர். ஜேம்ஸ் மில்தான் இந்திய வரலாற்றை 'இந்து காலகட்டம்' என்றும் 'முஸ்லிம் காலகட்டம் என்றும் எழுதியது. பிரிட்டிஷுக்கு முந்தைய இந்தியாவில் இந்துக்களுக்கும், முஸ்லிம்களுக்கும் இடையில் போராட்டங்களாகத்தான் இருந்தது என்று அவர் எழுதினார். அந்தக் காலத்தின் பிரிட்டிஷ் வரலாற்றாளர்கள்தான் பாப்ரி மசூதிக்கு அடியில் ஒரு கோவில் இருந்ததாகவும் எழுதினர் என்று வரலாறு பதிவு செய்துள்ளது.

பாஜக அரசும் வரலாற்றை வகுப்புவாதப்படுத்தி மக்களைப் பிரிக்கும் அதே ஏகாதிபத்திய நிகழ்ச்சி நிரலைத்தான் அமல்படுத்துகிறது. இந்திய வரலாற்று ஆய்வு மையத்தின் தலைவராக சுதர்சன் ராவை நியமிப்பதும்

இந்த நிகழ்வின் ஒரு பகுதிதான். மதச்சார்பற்ற கலாச்சாரத்தை உயர்த்திப் பிடிக்கும் வளாகங்களை ஒழித்துக் கட்டும் முயற்சிகள் வரலாற்றிலும், சிந்தனையிலும் சங் பரிவாரத்தின் நிகழ்ச்சி நிரலைத் திணிக்கும் முயற்சிகளின் பகுதியேயாகும். இந்த முயற்சிகளுக்கெதிராக நாடு முழுதும் நடைபெறும் கல்வியாளர்களின் எழுச்சிக்கு நாம் ஆதரவளிக்க வேண்டும். அரசின் இந்தக் கொள்கைகளுக்கெதிரான மக்களின் எதிர்ப்புக்களை வகுப்புவாத பிரிவினை மூலம் பலவீனப்படுத்த சங் பரிவாரத்தின் அரசு இயந்திரம் முயற்சிக்கிறது. நாம் வகுப்புவாத வன்முறையின் வரலாறை ஆராய்ந்தோமானால், இத்தகைய சம்பவங்கள் பெரும்பாலும் நகர்ப்புறப் பகுதிகளிலேயே நடப்பதைக் காணலாம். ஆனால் இன்று சங் பரிவாரம் திட்டமிட்டு இந்திய கிராமங்களில் வகுப்புவாதப் பதற்றத்தைப் பரப்புகிறது. அவர்கள் கிராமப்புறப் பகுதிகளில் வகுப்புவாதக் குவிப்பை உருவாக்குவதன் மூலம் தம்மை ஆட்சியில் காப்பாற்றிக் கொள்ள முடியுமா என்று முயல்கின்றனர். அவர்கள் *2014* பாராளுமன்றத் தேர்தலுக்கான ஓட்டத்தில் அதிகாரத்தைப் பிடிக்க வகுப்புவாத வன்முறையைத் தூண்டிவிட்டனர்.

உத்தர பிரதேசத்தில் யோகி ஆதித்யநாத் அதிகாரத்துக்கு வந்த பிறகு, வகுப்புவாதப் பிளவுகளை உருவாக்கும் நோக்கத்துடன் மாட்டுக்கறியின் பெயரால் அப்பாவிகள் கொல்லப்பட்டனர். அப்பாவி மக்கள் அடித்துக் கொல்லப்பட்டு மரத்திலிருந்து தொங்க விடப்படும் வேதனையான சம்பவங்கள் நடைபெறுகின்றன. ஒரு முஸ்லிம் என்பதற்காகவே ரயிலில் தாக்கப்பட்டுக் கொல்லப்பட்ட ஜுனைத் போன்ற நமது சகோதர, சகோதரிகளின் சோகங்கள் நமது நாட்டுக்கு அவமானத்தைக் கொண்டு வந்துள்ளன. தமது நிகழ்ச்சி நிரலுக்கு எதிராக இருக்கும் எவரையும் அகற்றி விடுவதே சங் பரிவாரத்தின் திட்டம். கல்புர்கி, தபோல்கர், கோவிந்த பன்சாரேவுக்குப் பிறகு இப்போது அவர்கள் கௌரி லங்கேஷையும் கொன்று விட்டனர். நிதர்சனம் என்னவென்றால், நாடு முழுதும் பயங்கரவாதம் பற்றிப் பேசித் திரியும் சங் பரிவாரம்தான் நாட்டின் மிகப்பெரும் பயங்கரவாத அமைப்பு. பாஜக அரசு உலகமயக் கொள்கைகளை மிக வேகமாக அமல்படுத்தியது. சுதந்திர சந்தையை ஆதரித்து தொடக்கத்திலேயே தமது கருத்துகளை வெளியிட்டு வந்த ஜன்சங்கின் வாரிசுகளான இவர்களுக்கு இது ஒரு பிரச்சனையாக இருக்காதுதான். அவர்கள் இந்தக் கொள்கைகளை அமல்படுத்தும்போதே, அவர்கள் தமது பொருளாதாரக் கொள்கைகளுக்கு எதிரான எதிர்ப்புக்கள் பலவீனப்படும்படி நாட்டில் வகுப்புவாதக் குவிப்பை உருவாக்க முயல்கின்றனர். உலகமயக்

கொள்கைகள் மக்களிடையே பரவலாகத் துன்பத்தை உருவாக்குகிறது. நாம் மாற்றுப் பொருளாதாரக் கொள்கைகளை முன்வைக்கும் அதே சமயம் மக்களை இந்தக் கொள்கைகளுக்கு எதிராகப் போராட அணிதிரட்ட வேண்டும். அதே சமயம், நாம் சங் பரிவாரத்தின் வன்முறைமிக்க வகுப்புவாத நிகழ்ச்சிநிரலுக்கு எதிராக வலுவான எதிர்ப்பை உருவாக்க வேண்டும்.

1991 லிருந்து உலகமயக் கொள்கைகளை அமல்படுத்தியதன் மூலம் காங்கிரஸ் கட்சி மக்களின் வாழ்க்கையைத் துன்பமயமாக்கியது. அவர்கள் தமது அரசியல் இலாபத்துக்காக வகுப்புவாதத்துடனும் சமரசம் செய்து கொண்டனர். சுதந்திரப் போராட்டத்தின் பாரம்பரியமாக இருந்த ஏகாதிபத்திய எதிர்ப்பு வெளியுறவுக் கொள்கையையும் காங்கிரஸ் கட்சி கைவிட்டது. அவர்கள் நாட்டு மக்களின் வாழ்க்கைத் தரத்தை முன்னேற்ற எந்த நடவடிக்கையும் எடுக்கவில்லை. பாஜக இந்த நிலைமையை சாதகமாக எடுத்துக் கொண்டு, வகுப்புவாதப் பிரிவினையை உருவாக்கி, தமது வகுப்புவாத நிகழ்ச்சி நிரலின் மேல் ‘வளர்ச்சி’ என்ற புகையைப் படரவிட்டு ஆட்சிக்கு வந்து விட்டது.

இந்தியாவின் அரசியல் வரலாற்றைப் பார்க்கும் போது, காங்கிரசின் இந்த சமரசங்கள்தான் பாஜகவின் வளர்ச்சிக்கு சாதகமான நிலையை உருவாக்கியுள்ளது என்று தெளிவாகிறது. பாஜகவைத் தோற்கடிப்பதற்கான போராட்டங்களுக்குக் காங்கிரஸ் தலைமை தாங்க முடியாது என்பது தெளிவாகி விட்டது. காங்கிரஸ் உத்தர பிரதேசத்தில் சமஜ்வாதி கட்சியுடன் கூட்டணி அமைத்து பாஜகவுக்கு எதிராகப் போட்டியிட்டது. அவர்கள் கடுமையாகத் தோல்வியடைந்தனர். சில மதச்சார்பற்ற கட்சிகள் தெளிவான திட்டமின்றிப் பெரும் கூட்டணி என்ற பெயரில் பீகாரில் காங்கிரசுடன் கூட்டணி அமைத்தன. அவர்களுக்குத் தற்காலிகமாக வெற்றி கிடைத்தாலும், இந்தக் கூட்டணி பெரும்பான்மை குழுவான ஜனதாதளம் (யு)வை பாஜக தலைமையிலான கூட்டணியிடம் இழந்தது. இது, பாஜகவுக்கு எதிராக தெளிவான கொள்கைகள், திட்டங்களின் அடிப்படையில் முன்னணிகள் உருவாக வேண்டும் என்பதைக் காட்டுகிறது.

பாஜகவைத் தோற்கடிக்க, உலகமயக் கொள்கைகளுக்கும், வகுப்புவாதத்துக்கும் எதிராக உறுதியான நிலையெடுக்கும் ஒரு கூட்டணி உருவாக்கப்பட வேண்டும். இந்த விஷயங்களில் உறுதியான நிலையைக் கொண்டிருப்பது இடதுசாரியே. இப்போது நாட்டுக்குத்தேவை வலுவான இடதுசாரி ஒற்றுமையின்

அடிப்படையிலான ஒரு கூட்டணி, அதனுடன் இந்த நிலையை ஒப்புக் கொள்ளும் ஜனநாயக சக்திகள் இந்தக் கூட்டணியுடன் இணைய வேண்டும். இந்தக் கூட்டணி ஒன்றுபட்ட போராட்டங்கள், தெளிவான, மாற்றுக் கொள்கைகளின் அடிப்படையிலானதாக இருக்க வேண்டும்.

இடதுசாரிகள் வலுப் பெற்ற இடங்கள்தான் வகுப்புவாத வன்முறைகளிலிருந்து விடுபட்ட இடங்கள் என அனுபவங்கள் நமக்கு உணர்த்துகின்றன. கேரளத்தில் வலதுசாரிகள் பாஜகவுடன் வகுத்த கூட்டணிகள் இடதுசாரிகளை அழிக்கும் தமது முயற்சியின் பகுதி என்பதை நாம் நினைவு கூர்கிறோம். வடகரா-பேபூர் அனுபவம் தொடங்கி, கடந்த சட்டசபைத் தேர்தல்களில் சாதி அமைப்புக்களுடன் பாஜக கூட்டணி வைத்தது வரை இடதுசாரிதான் கடுமையாகப் போராடி இத்தகைய முயற்சிகளை முறியடித்தது. அப்போது காங்கிரஸ் தலைமையிலான ஐக்கிய ஜனநாயகக் கூட்டணி சமரசங்கள் செய்து கொண்டு பிரவீன் தொகாடியா போன்றோருக்கு எதிரான வழக்குகளைத் திரும்பப் பெற்றுக் கொண்டிருந்தது என்பதையும் நாம் நினைவில் கொள்ள வேண்டும்.

1940களில் எண்ணற்ற வகுப்புவாத வன்முறைகளைச் சந்தித்த பிரதேசம் வங்கம். ஆனால் அங்கு இடதுசாரிகள் வலுப்பெற்றதும் அது மத ஒற்றுமையின் மையமாகியது. பம்பாயிலிருந்து முஸ்லிம்கள் விரட்டப்பட்ட போதும், வங்கதேசத்திலிருந்து அகதிகள் வந்து குவிந்த போதும், குஜராத் கலவரம் நிகழ்ந்த போதும், வங்கம்தான் இந்த மக்களுக்கு அடைக்கலம் கொடுத்தது. ஆனால் 2011இல் இடதுசாரிகள் அங்கு ஆட்சி இழந்த பிறகு வங்கத்தில் வகுப்புவாதக் கலவரங்கள் பல இடங்களில் நடக்கின்றன. அதே சமயம், பாஜக வங்காளிகளையும், பழங்குடியினரையும் ஒருவருக்கொருவர் மோத விட முயலும்போதும் திரிபுராவில் வகுப்புவாத வன்முறைகள் இல்லை. கேரளத்திலும் வகுப்புவாதக்கலவரங்கள்கிடையாது என்பதைக் கூறத் தேவையில்லை.

நாடு முழுதும் இடதுசாரிகள்தான் சங் பரிவாரத்தின் சிந்தனைகளுடன் கடுமையாகப் போராடி வருகின்றனர். சிபிஐ(எம்) இந்தப் போராட்டத்தில் முன்னணிப் பாத்திரம் வகிக்கிறது. அதனால்தான் சிபிஐ(எம்)முக்கு எதிராக சங் பரிவாரம் கடுமையான தாக்குதலை ஏவி வருகிறது. சிபிஐ(எம்)மின் மத்தியக்குழு அலுவலகம் பலமுறை தாக்கப்பட்டுள்ளது. கட்சியின் பொதுச்செயலாளரைத் தாக்கவும் முயற்சி நடந்தது. கேரள மாநிலச் செயலாளர் கொடியேரி பாலகிருஷ்ணனின் வீடும் தாக்கப்பட்டது. சிபிஐ(எம்) சங் பரிவாரத்தின்

நிகழ்ச்சி நிரலை உறுதியாக எதிர்ப்பதால்தான் இதுபோல் தாக்கப்படுகிறது.

சிறுபான்மையினரின் உரிமைகளையும், நாட்டின் பரந்த நலனையும் பாதுகாக்க சிபிஐ(எம்) உறுதிப்பாடு கொண்டுள்ளது. கேரள மாநில அரசு மதச்சார்பின்மையைக் காக்க வலுவான நிலையெடுத்துள்ளது. மாநில அரசு மதச் சிறுபான்மையினரின் அனைத்து உரிமைகளையும் பாதுகாக்க உறுதிமொழி எடுத்துள்ளது. நான் ஒன்றை அனைவருக்கும் நினைவூட்டி முடித்துக் கொள்கிறேன். நாம் அனைவரும் மதச்சார்பின்மை இலட்சியத்தை வலுப்படுத்தவும், பன்முகத்தன்மைகளைப் பாதுகாக்கவும் விழிப்புணர்வுடன் பணி செய்ய வேண்டும்.

வலுவான மையம், திருப்தியுடைய மாநிலங்கள்

மத்திய-மாநில உறவுகள் இப்போது ஒரு பரவலாகப் பேசப்படும் விஷயமாகி உள்ளது.[21] சுதந்திரப் போராட்டத்தின் காலத்தில் காந்திஜி 'கிராம ஸ்வராஜ்' பற்றிய சிந்தனையை அழுத்தமாகக் கூறியதிலிருந்து அதற்கு ஒரு நீண்ட வரலாறு உள்ளது. மத்திய-மாநில உறவுகள் பற்றிய விவாதங்கள் சுதந்திரப் போராட்டத்தின் முக்கிய விழுமியங்களாக இருந்த மதச்சார்பின்மை மற்றும் கூட்டாட்சித் தத்துவங்களின் தாக்கம் பெற்ற அரசியலமைப்புச் சட்டத்தால் நாம் ஆளப்படும் சுதந்திர இந்தியாவில் அதிகரித்தன. நமது தேசம் என்ற கோட்பாடு இந்த விவாதங்களால் தாக்கம் பெற்றது. அது 'வேற்றுமையில் ஒற்றுமை', பாராளுமன்ற ஜனநாயகம் ஆகிய சிந்தனைகளை உருவாக்குகிறது.

இந்தியாவில் இன்றைய கூட்டாட்சி அமைப்புக்குப் பல வரம்புகள் உள்ளன. இத்தகைய வரம்புகள் நாட்டில் விவாதங்களுக்கு உட்பட்டவை. இந்த அமைப்பு கூட்டாட்சி குணாம்சங்களுடன் கூடிய ஒற்றை அமைப்பு என்று விவரிக்கப்பட்டுள்ளது. மாநிலங்களை விட மத்திய அரசுக்கு அதிக நிதி, நாணயமுறை அதிகாரம் இருக்கிறது என்ற உண்மையும், மத்திய அரசுக்கு மாநில அரசுகளைக் கலைக்கும் அதிகாரம் உள்ளது என்பதும் இந்த விவாதங்களில் முன்வந்துள்ளன. இந்த வரம்புகள் இருந்தாலும், இந்திய முறைக்கு இலாபகரமான கூட்டாட்சி அம்சங்களும், அந்தக் கட்டமைப்புடன் சேர்ந்த ஒரு ஆட்சி முறையும் உள்ளது என்பது உண்மை. இடதுசாரிகள் ஏற்கெனவே சுதந்திரப் போராட்டத்திலிருந்து இன்று வரை இந்தியாவின் கூட்டாட்சி அமைப்பை வலுப்படுத்துவதற்காக எப்போதுமே தலையிட்டுள்ளனர். நமது ஆட்சி முறையை மேலும் ஜனநாயகப்படுத்த, நமது மத்திய-மாநில உறவுகள் நமது கூட்டாட்சி அமைப்பை வலுப்படுத்தும் வகையில் மாற்றியமைக்கப்பட வேண்டும். இத்தகைய நடவடிக்கைகள்தான் நாம் முன்னேறிச் செல்லும்போது நமது ஒற்றுமையையும், ஒருமைப்பாட்டையும் வலுப்படுத்த முடியும்.

சங் பரிவாரத்தின் தலைமையிலான பாஜகவுக்கு நமது கூட்டாட்சி அமைப்பை அழிக்கும் நோக்கத்துடன் கூடிய ஒரு அரசியல் நிகழ்ச்சிநிரல் உள்ளது. பாஜக அரசு இந்தி, இந்து, இந்துஸ்தான் என்ற முழக்கத்தை

21. மாநில சுயாட்சி மாநாடு, சென்னை. 2017, செப் 21

திணித்து வருகிறது. இதுதான் கூட்டாட்சி அமைப்புக்கு அதன் மாற்று. இந்த மையப்படுத்தப்பட்ட அமைப்பைத் திணிக்கும் பாஜகவின் முயற்சிக்கு எதிரான தடுப்பு முயற்சி நாடு முழுதும் தொடங்கியுள்ளது. நமது கூட்டாட்சி முறையின் உருவாக்கத்தை நாம் ஆராய்ந்தால், அதற்கு மூன்று கட்டங்கள் இருப்பதைக் காணலாம்.

முதல் கட்டம்

முதல் கட்டம் மொழிவழி மாநிலங்களை உருவாக்குவதற்கான போராட்டங்களுடன் வந்தது. நாம் விசாலாந்திரா, ஐக்கிய கேரளம், சம்யுக்த மகாராஷ்டிரம் ஆகியவற்றுக்கான போராட்டங்களைப் பார்த்தோம். தமிழகத்தில் தமிழ் மொழியின் உரிமைகளைப் பாதுகாக்க நாம் பல போராட்டங்களைப் பார்த்தோம். மாநிலங்களை மொழிவாரியாக மறுசீரமைப்புச் செய்ய காங்கிரஸ் தயாராக இல்லை. பாஜகவின் முன்னோடியான ஜனசங்கமும் இதற்கு முழுதும் எதிராக இருந்தது. எனினும், மாநிலங்கள் மொழிகளின் வழியில் மறுகட்டமைப்புச்செய்யப்பட்டதானது தனிப்பட்ட அடையாளத்துடன் மாநிலங்கள் உருவாவதற்கு வழிவகுத்தது. இதுதான் மாநிலங்களின் அடையாளத்தைப் பொறுத்தவரை முதல் கட்டப் போராட்டம்.

சுதந்திர இந்தியாவின் முதல் பத்தாண்டுகளில், மத்தியிலும், மாநிலங்களிலும் ஒரே கட்சி ஆட்சிதான் இருந்தது. அது ஒரே கட்சி ஆட்சியின் காலகட்டம். மாநிலங்கள் தொடர்பான விஷயங்கள் அந்த நாட்களில் தீவிரமாக விவாதிக்கப்படவில்லை. 1957இல் கேரளத்தில் கம்யூனிஸ்ட் கட்சி ஆட்சிக்கு வந்தபோது, மாநிலம் பல தளங்களில், நிலச் சீர்திருத்தம் உட்பட பெரும் மாறுதல்களைச் சந்தித்தது. மத்திய அரசு கம்யூனிஸ்ட் தலைமையிலான மாநில அரசைக் கலைத்தது. அது இந்தியாவின் கூட்டாட்சித் தத்துவத்தின் மீதான கடும் தாக்குதல்.

இரண்டாம் கட்டம்

1960களின் இறுதி வாக்கில், பல மாநிலங்களில் மாநில அளவிலான கட்சிகள் ஆட்சிக்கு வந்து, ஒரு புதிய நிலை இந்தியாவில் எழுந்தது. கேரளத்திலும் பின்னர் மே.வங்கத்திலும் ஏற்பட்ட இடதுசாரி அரசுகளும், கூட்டாட்சி குணாம்சங்களுடன் கூடிய மத்திய-மாநில உறவுகளை மீட்டுருவாக்கம் செய்ய வேண்டிய தேவையை வெளிச்சத்துக்குக் கொண்டு வந்துள்ளது. இந்த விஷயத்தில் கம்யூனிஸ்ட் கட்சி தலைமையிலான கேரள அரசு தேசிய வளர்ச்சி கவுன்சிலுக்கு சில பரிந்துரைகளைக் கூட சமர்ப்பித்தது. இந்த மனுவில் மத்திய மாநில

நிதி உறவுகள் அடிப்படையிலான விஷயங்கள் கூறப்பட்டிருந்தன. இந்த நேரத்தில் தமிழ்நாட்டிலும் இதற்கு இணையான திருப்பம் காணப்பட்டது. 1969, ஆகஸ்ட் 19 அன்று டாக்டர் பி.வி.ராஜமன்னார் தலைமையிலான ஒரு குழு மத்திய மாநில உறவுகளை ஆய்வு செய்து, மத்திய அரசு மாநில அரசிடம் அளிக்கத் தேவையான அதிகாரங்கள் பற்றி விவாதித்தது. 1971, மே 27 அன்று ராஜமன்னார் குழு தனது அறிக்கையைத் தனது பரிந்துரைகளுடன் சமர்ப்பித்தது. ராஜமன்னார் அறிக்கையின் அடிப்படையில், தமிழ்நாடு அரசு ஒரு தீர்மானத்தை நிறைவேற்றியது. மாநிலங்களின் தன்னாட்சி குறித்து தமிழக அரசின் பார்வைகளைப் பிரதிபலித்த ராஜமன்னார் குழுவின் அறிக்கையை மத்திய அரசு ஏற்க வேண்டுமென அத்தீர்மானம் கூறியது. மாநிலங்களின் உரிமைகளைப் பாதுகாக்க அரசியலமைப்புச் சட்டத் திருத்தத்தை அவர்கள் கோரினர்.

இவ்வாறுதான் இடதுசாரி, பிரதேச ஜனநாயக சக்திகள் கூட்டாட்சி அமைப்புக்காக வாதாடின. 1989இல் தேசியமுன்னணி ஆட்சி அதிகாரத்துக்கு வந்ததும், நமது கூட்டாட்சித் தத்துவங்களை வலுப்படுத்த முயற்சிகள் நடந்தன. 1990இல் மாநிலங்களுக்கிடையேயான குழு ஒன்றும் அமைக்கப்பட்டது. நமது நாட்டில் கூட்டாட்சியை வலுப்படுத்தும் இடதுசாரி, ஜனநாயக சக்திகளின் குறுக்கீடுதான் குரலாக வெளிப்பட்டது என்பதை நாம் உணர வேண்டும்.

மூன்றாவது கட்டம்

நமது காலத்தில், நாம் மத்திய மாநில உறவுகளைத் தனியாக விவாதிக்க முடியாது. அதை நாம் பார்க்கும்போது, புதிய தாராளமயக் கொள்கைகள் உருவாக்கியிருக்கும் பிரச்சனைகளையும் சேர்த்துப் பார்க்க வேண்டும். கட்டுப்பாடுகள் தேய்ந்து போனதும், முதலாளித்துவ போட்டியால் இயக்கப்படும் ஒரு சுதந்திரச் சந்தைப் பொருளாதாரம் உருவாகியுள்ளது. அதில் பெருமுதலாளிகள் பெரும் பங்கை வகிக்கின்றனர். நிதிஆயோக் போன்ற கருவிகள் மூலமும், ஜனநாயகவிரோத நிதி, பண அதிகாரங்களைக் கொண்டும், மத்திய அரசு மாநிலங்கள் மீது புதிய தாராளமய சீர்திருத்தங்களைத் திணிக்கிறது. மத்திய அரசு, மாநிலங்களுக்கெதிரான தனது அதிகாரங்களை உபயோகித்து தனது பார்வைகளை ஏற்காத கட்சிகளின் அரசுகளுக்கெதிராக ஒரு தலைப்பட்சமான அணுகுமுறையைக் கையாள முடியும்.

மத்திய அரசின் கொள்கைகளை அமல்படுத்தா விட்டால், அது மாநிலங்களுக்கான நிதியைக் கூட வெட்டி விட முடியும். இது மாநில அரசுகள் புரிதலின்படி, தமது மக்களின் நலன்களுக்கும் தேவைகளுக்கும் ஏற்ற திட்டங்களைத் தீட்டுவதிலிருந்து மாநில அரசுகளைத் தடுக்கும். தமக்கு அளிக்கப்பட்ட வாக்குறுதிகளின் அடிப்படையிலேயே மக்கள் தமது மாநில அரசுகளுக்கு வாக்களிக்கின்றனர் என்பதைக் கருத்தில் கொள்ள வேண்டும். குறிப்பாக மாநில அரசுகளின் வாக்குறுதிகள் எங்கெல்லாம் புதியதாராளமயக் கொள்கைகளுக்கு எதிராக உள்ளனவோ அங்கெங்கெல்லாம், மத்திய அரசின் அணுகுமுறையானது அந்த மாநில அரசுகள் தமது மக்களுக்கு அளித்த வாக்குறுதிகளை நிறைவேற்றுவதிலிருந்து தடுப்பதாகவே உள்ளது. முதலீடுகளை ஈர்ப்பதற்கு மாநிலங்கள் ஒன்றுடன் ஒன்று போட்டி போட வேண்டியதாகவும் உள்ளது. இது மாநிலங்களுக்கு இடையில் போட்டியும், சமமின்மையும் அதிகரிக்கும் நிலையை உருவாக்குகிறது. மத்திய அரசு மாநிலங்களுக்கான பொது ஒதுக்கீட்டை வெட்டி விட்டதால் சில மாநிலங்கள் நிதிப் பிரச்சனையைக்கூட எதிர்கொள்கின்றன.

புதிய தாராளமயக் கொள்கைகள் இன்று கூட்டாட்சி முறையையே பலவீனப்படுத்துகின்றன. திட்டக்குழுவே ஒழிக்கப்பட்டு விட்டது. மத்திய அரசு மாநில அரசுகளைத் தாண்டி நேரடியாக கிராமப் பஞ்சாயத்துக்களில் தலையிடும் நிலை உருவாகியுள்ளது. கூட்டாட்சியை வலுப்படுத்துவதற்கென உருவான தேசிய வளர்ச்சி கவுன்சில், மாநிலங்கள் கவுன்சில் போன்றவை கூட்டப்படுவதே இல்லை. சுருக்கமாக, மாநிலங்கள் தமது கவலைகளை வெளிப்படுத்த எந்த வழியும் இல்லாத நிலை கொண்ட ஒரு தனியாட்சி முறையை நோக்கித் தள்ளப்படுகிறது.

புதிய தாராளமயக் கொள்கைகளின் ஒரு பகுதியாக அளிக்கப்படும் இந்த அணுகுமுறை, சங் பரிவாரத்தின் சிந்தனையுடன் சரியாக ஒத்துப் போகிறது. ஜனசங்கம் நமது குடியரசின் தொடக்கக் காலத்திலேயே சுதந்திர சந்தைக் கொள்கையின் கட்டுமானத்துக்கு ஆதரவாக இருந்தது. அவர்கள் மொழிவழி மாநிலங்கள் உருவாவதற்கு எதிராகவும் இருந்தனர். கூட்டாட்சி என்பது வேற்றுமையில் ஒற்றுமை என்ற கொள்கையின் அடிப்படையிலானது என்பதை நாம் உணர வேண்டும். நம் நாடு அப்படியே தொடர்வதை உறுதிப்படுத்த ஜனநாயக அமைப்புகள் தக்க வைக்கப்பட வேண்டும். அவற்றை அப்படியே வைத்திருப்பது தேவை. அடிப்படையில் அல்லது சாராம்சத்தில்

கூட்டாட்சி, ஜனநாயகம், வேற்றுமையில் ஒற்றுமை ஆகியவை ஒன்றுடன் ஒன்று தொடர்புடையவை. சங் பரிவாரம் இவையனைத்தையும் உள்நோக்கத்துடன் அழிப்பதைச் செய்கிறது. சங் பரிவாரம் இன்று இருக்கும் பாராளுமன்ற ஜனநாயகத்தை மாற்ற அதிபர் முறைக்கு ஆதரவாகப் பேசுகிறது. இந்திய தேசியவாதம் மிகவும் சிறப்புடையது. ஏனென்றால் அதில் பல்வேறுபட்ட கலாச்சாரங்களை உள்ளடக்கியுள்ளது. நமது சுதந்திரப்போராட்டம் இந்த உணர்வே உள்வாங்கியிருந்தது. எனினும், சங் பரிவாரத்தால் நமது இந்த சிறப்பை, அதாவது வேறுபாடுகளையும், அதன் அடிப்படையிலான வளத்தையும் ஏற்க முடியவில்லை. நமது நாடு பல வேறுபட்ட மொழிகள் கொண்டது. எனினும், பாஜக அரசும் அதன் கூட்டாளிகளும் நமது மொழிகளின் மேல் இந்தியைத் திணிக்க விரும்புகின்றன. ஆர்.எஸ்.எஸ்.சின் இந்தி, இந்து, இந்துஸ்தான் என்ற சிந்தனை வேற்றுமையில் ஒற்றுமை என்ற நமது சிந்தனையை அழிக்க விரும்புகிறது. சங் பரிவாரமும், ஆர்.எஸ்.எஸ்.சும் சுதந்திரப் போராட்டத்தின் ஒரு பகுதியாக இல்லாததால், அவர்களால் நமது தேசிய இயக்கத்தின் இந்தப் பெரும் சிந்தனையை உட்கொள்ள முடியாது.

இந்தியர்களால் பொதுவாகப் பேசப்படும் மொழி எதுவும் கிடையாது. பொதுவான கலாச்சாரமும் எதுவும் கிடையாது. எனினும், இந்தியர்கள் என்ற உணர்வு மக்களுக்குள் வலுவாக ஓடுகிறது. அனைத்து வேறுபாடுகளையும் உள்ளடக்கிக் கொள்ளும் ‘நாம்’ என்ற சிந்தனைதான் இந்திய தேசியத்தின் சாரம். தேசிய இயக்கத்தின் போதுகூட, நாம் நமது தேசபக்த கோஷங்களை பல்வேறு மொழிகளில் எழுப்பினோம். இக்பால் ‘சாரே ஜஹான்சே அச்சா’ என்ற அழகான தேசபக்தப் பாடலை உருது மொழியில் பாடினார். ‘பாருக்குள்ளே நல்ல நாடு எங்கள் பாரத நாடு’ என்று பாரதி தமிழில் பாடினார். கேரளத்தில் வள்ளத்தோள் மலையாளத்தில் ‘பாரதமென்ன பேரு கேட்டால் அபிமான பூரிதமாக்கணும் அந்தரங்கம்’ என்று பாடினார்.

இந்தியாவை வேறுபடுத்திக் காட்டும் பல்வேறு மொழிகள், கலாச்சாரங்களில் உறுதியாக நின்று கொண்டே, நாம் ஒன்றே என நாம் முழங்குகிறோம். இந்தப் பெரும் சிந்தனையை மனதில் கொண்டு நாம் முன்செல்ல வேண்டும். ஒரு வலுவான மத்திய அரசு, திருப்தியான மாநிலங்கள், வட்டார அரசுகளாக உருவாகும் உள்ளாட்சி அமைப்புகள் என்ற ஒரு முறையை நிதர்சனமாக்க நாம் சேர்ந்து உழைக்க வேண்டும். பிளவு பட்டிருக்கும் ஒரு தேசம் ஏகாதிபத்திய

சக்திகளுக்கு மட்டுமே இலாபகரமாக இருக்கும். இந்தத் தருணத்தில் நாம் என்ன நிலைப்பாடு எடுக்க வேண்டும்?

ஒரு வலுவான மத்திய அரசு, திருப்தியான மாநிலங்கள் என்ற சிந்தனையை நாம் முன்வைக்க நம்மால் முடிய வேண்டும். திட்டமிடுதல், பொருளாதார முன்னேற்றத்தை ஒருங்கிணைத்தல் ஆகியவை மைய அரசிடம் இருக்க வேண்டும். ஆனால் மற்ற பகுதிகளில், மாநில அரசுகள் தமது சூழ்நிலைகளின்படி முடிவெடுக்கும் சுதந்திரம் வேண்டும். மத்திய அரசு மாநில அரசுகளுக்கு திறனை அளிக்க வேண்டும், முடக்கக் கூடாது. வரி அமைப்பைப் பொறுத்த வரை கூட, மாற்றங்கள் கொண்டு வரப்பட வேண்டும். மத்திய அரசு திட்டங்களைக் கூடத் தமது நலன்களுக்கு ஏற்றாற்போல் அமல்படுத்தும் சுதந்திரம் மாநிலங்களுக்கு இருக்க வேண்டும். மாநில அரசுகளை விருப்பம்போல் மத்திய அரசு அகற்றப் பயன்படுத்தும் அரசியலமைப்புச் சட்டம் 356ஐ நம்மால் அகற்ற முடிய வேண்டும்.

மாநில அரசுகளின் வள ஆதாரங்களில் வேர் கொண்டிருக்கும் ஒரு கூட்டாட்சி முறையை வலுப்படுத்தும் ஒரு கட்டமைப்பு நமது நாட்டுக்குத் தேவை. மாநிலங்களின் வளர்ச்சிப் பிரச்சனைகளை தீர்ப்பதற்கு (அ) எதிர் கொள்வதற்கு நமக்கு இத்தகைய அணுகுமுறை தேவை. எனினும் நமது நாட்டில், இதுபோன்ற ஒன்றை வளர்த்தெடுப்பதற்கு பதில், மாநில அரசுகளை அமைத்திருக்கும் கட்சிகள் தமக்கு வேண்டிய நிதியாதாரத்தைப் பெற மத்திய அரசு மீது அழுத்தம் செலுத்துகின்றன. இது மாநிலக் கட்சிகளை மத்தியிலாளும் கட்சியின் கொள்கைகளை ஆதரிப்பதை நோக்கித் தள்ளுகிறது. மேலும் இது அவைகளை தவறான அரசியல் நடைமுறைகளின் பகுதியாவதற்கும் இட்டுச் செல்கிறது. மத்தியில் இந்த நிலையை தமக்கு சாதகமாகப் பயன்படுத்த காங்கிரசும், பாஜகவும் முயன்றுள்ளன. மாறாக, நாம் ஒரு உண்மையான கூட்டாட்சி அமைப்பை உருவாக்க அவசியம் போராட வேண்டும்.

காங்கிரஸ், பாஜக இரண்டுமே கூட்டாட்சி உணர்வை மழுங்கடிக்கவே செய்துள்ளன. கூட்டாட்சி முறையை வலுப்படுத்துவதில் இடதுசாரிகளும், ஜனநாயக சக்திகளுமே முன்னின்றதை நாம் கண்டோம். மதச்சார்பின்மையையும், பாராளுமன்ற ஜனநாயகத்தையும் பாதுகாக்கும் போராட்டம் என்பது கூட்டாட்சியை வலுப்படுத்தும் போராட்டத்தின் பகுதியே என்பதை நாம் உணர வேண்டும். இந்த இலக்கை நோக்கி நாடு செல்வதற்குத் தகுந்த அரசியல் கூட்டணிகள் தேவை.

மாநிலங்களுக்கு சுயாட்சி என்ற கோஷத்தை எழுப்புவது மட்டுமே நமது மக்கள் சந்திக்கும் பிரச்சனைகளுக்குத் தீர்வு காணாது என்பதை நாம் உணர வேண்டும். இந்தக் கோஷத்துடன் சேர்ந்து, வெகுமக்களின் தேவைகளை நிறைவேற்றும் கொள்கைகளை முன்னிறுத்தவும் நம்மால் முடிய வேண்டும். அந்த வகையில் ஒரு பொதுவான திட்டத்தின் அடிப்படையில் இடதுசாரி, ஜனநாயக சக்திகள் முன்னேற வேண்டும்.

கூட்டாட்சியை வலுப்படுத்தும் முயற்சியுடன் கூட, கேரளத்தின் இடதுசாரி ஜனநாயக முன்னணி அரசு உலகமயத்துக்கு மக்களின் மாற்றினுடைய குணாம்சங்களைக் கொண்ட கொள்கைகளையும் முன்னெடுத்துச் செல்கிறது. பொதுத்துறை பாதுகாக்கப்படுகிறது, விவசாயத்துக்கான பொதுச்செலவு அதிகரிக்கப்பட்டுள்ளது. இதனுடன் கூட, மாநிலம் முழுதும் அடிப்படைக் கட்டமைப்பை உருவாக்க பல்வேறு திட்டங்கள் தீட்டப்படுகின்றன. அனைவருக்கும் வீடு அளிப்பதை உறுதிப்படுத்த லைஃப் மிஷன் மூலமாக முயற்சிகள் நடைபெற்று வருகின்றன. பொதுக்கல்வியும் இன்னொரு மிஷன் மூலமாகப் பாதுகாக்கப் படுகிறது. அர்டிராம் மிஷன் மூலமாக பொதுச் சுகாதாரமும் உறுதிப்படுத்தப் படுகிறது. நாடு முழுதும் வகுப்புப் பதற்றம் நிலவினாலும் கூட கேரளத்தில் இடதுசாரி சக்திகள் வலுவாக இருப்பதால் வகுப்புவாத, சாதியப் பதற்றங்கள் இல்லை.

கேரள மாநில அரசு தனது திட்டங்கள் மூலமாக மதச்சார்பின்மையை உயர்த்திப் பிடித்தும், கூட்டாட்சியை வலுப்படுத்தியும், உலகமயத்துக்கு மாற்றை முன்வைக்கிறது. நமது நாட்டில் அனைத்து மாநிலங்களிலும் இத்தகைய திட்டங்களை நம்மால் அமலாக்க முடிய வேண்டும். இத்தகைய மாற்று சாத்தியமே என்ற எண்ணத்தை மக்களிடம் உருவாக்க வேண்டும். இடதுசாரி, முற்போக்கு, ஜனநாயக சக்திகளை ஒன்றிணைத்து மக்களின் மாற்றை உருவாக்குவதன் மூலம் ஒட்டுமொத்த மக்களுக்கும் உபயோகமான பலவற்றையும் நடத்த முடியுமென்பதை கேரளா, திரிபுரா மாநில அரசுகளின் செயல்திறன்கள் தெளிவாக்குகின்றன. இடதுசாரிகளுடன் ஐக்கியத்தை ஜனநாயகவாதிகளின் உறுதிப்படுத்தும் ஒரு பொதுத்திட்டத்தின் அடிப்படையில் ஏற்படும் கூட்டணியே மாநிலங்களின் உரிமைகளை பாதுகாக்கும். ஒரு வலுவான மத்திய அரசும், திருப்தியான மாநிலங்களும், வட்டார அரசுகளாக வளர்ச்சியடையும் உள்ளாட்சி அமைப்புகளும் கொண்ட ஒரு கூட்டாட்சி அமைப்பு நமது நாட்டுக்குத் தேவை. இதுபோன்ற மாநாடுகள் அதை அடைவதற்கான போராட்டத்தில் தீவிரமாக செயல்படும் என்பதில் ஐயமில்லை.

நமது சமூகம் ஒட்டுமொத்தமாக விடுதலை பெற பெண்களின் விடுதலை அத்தியாவசியம்

அகில இந்திய ஜனநாயக மாதர் சங்கத்தின்[22] இந்த வரலாற்றுச் சிறப்புமிக்க தேசிய மாநாட்டில் கலந்து கொள்ளும் பிரதிநிதிகளுக்கும், விருந்தினர்களுக்கும் புரட்சிகர வாழ்த்துகள்.

பாலின சமத்துவம் மற்றும் சமூகநீதி என்ற முற்போக்கு விழுமியங்களால் குறிப்பிடப்படப் போகும் ஒரு சகாப்தத்தை உருவாக்க பாடுபடும் வீரமிக்க போராளிகளைக் கொண்ட இந்தக் கூட்டத்தில் நான் மிகவும் மகிழ்ச்சியுடன் உரையாற்றுகிறேன். மாதர் சங்கம் இவ்வளவு காலமும் போராட்டங்களின் நடுவிலேயே இருந்தது என்பதை நான் அறிவேன். எனவேதான் பெண்களின் கோரிக்கைகளின்பால் நின்று அவர்களது பாதுகாப்புக்காகப் போராடும் இந்த இயக்கத்தின்பால் மேலும் மேலும் பெண்கள் ஈர்க்கப்படுகின்றனர்.

நமது நாட்டில் நிலப்பிரபுத்துவ விழுமியங்களின் மிச்சசொச்சங்கள் தொடர்ந்து நீடிக்கின்றன. முதலாளித்துவத்துடன் சேர்ந்து இந்த நிலப்பிரபுத்துவ விழுமியங்கள் பெண்கள் விடுதலை என்ற முக்கியமான நோக்கத்துக்குப் பெரிதும் கேடானது. அவர்கள் ஏற்கெனவே பொது வெளியில் இரண்டாம் பங்கை வகிக்கும்படித் தள்ளி விடப்பட்டிருக்கும் போது, இத்தகைய நிலப்பிரபுத்துவ மனப்பாங்குகள் அவர்களது வீட்டு வாழ்க்கையிலும் கட்டுப்படுத்தப்படுவதை உறுதிப்படுத்துவதற்குத்தான் வழி வகுக்கும். மனதை நோகச் செய்யும் கலங்கடிக்கும் (அ) அவதிக்குள்ளாக்கும் இந்த நேரங்களில், நமது தோழர்கள் மாதர் சங்கத்தின் பதாகையின் கீழ் ஒழுக்கக் காவலர்கள், காப் பஞ்சாயத்து, கௌரவக் கொலை போன்ற சமூகத்தில் நிலவும் பெண் விரோத நடவடிக்கைகளை எதிர்த்து வருகின்றனர். பல்வேறு மாநில அரசுகளும், மத்திய அரசும் திணிக்கும் பல்வேறு பெண்கள் விரோத நடவடிக்கைகளுக்கெதிராக நடைபெறும் எதிர்ப்புப் போராட்டங்களிலும் அது முன்னணியில் நிற்கிறது. அது பட்ஜெட் வெட்டாகட்டும், கூலி அசமத்துவமாகட்டும், அவர்களது

---

22. 2016 டிசம்பர் 10 அன்று போபாலின் தசரா மைதானத்தில் நடைபெற்ற அகில இந்திய ஜனநாயக மாதர் சங்கத்தின் 11வது தேசிய மாநாட்டை ஒட்டி நடந்த பொதுக்கூட்டத்தில் ஆற்றிய உரை.

வாக்குரிமை மீது தாக்குதல்களாகட்டும், எதுவாக இருப்பினும் அது முன்னணியில்தான் உள்ளது. வீட்டை நிர்வகிக்கும் பெண்கள் மீது நேரடியான தாக்குதல் தொடுக்கும் பெரிதாகப் பேசப்பட்ட தேசிய உணவுப் பாதுகாப்பு மசோதா(2013)வில், ஜனநாயக மாதர் சங்கம் தீவிரமாக குரலெழுப்பி பிரச்சாரம் செய்த போதும், அரசாங்கம், மானியம் அளிக்கப்பட்ட உணவுப்பொருள் வழங்கலின் கீழ் தனிநபர் சராசரியை அதிகரிக்கவில்லை. கௌரவக் கொலைகளைப் பொறுத்தவரை மாதர் சங்கம் பொது விசாரணைகளுக்காக சமரசமற்ற போராட்டத்தை நடத்தியுள்ளது. தலித் பெண்கள் விஷயங்களில், அனைத்து மாநில மாதர் சங்கக் கிளைகளும் தீண்டாமைக்கெதிராகவும், அவர்களது உரிமைகளுக்காகவும் கருத்தரங்கங்களை நடத்தியுள்ளன.

நாட்டிலேயே தலித்துக்களுக்கெதிராக அதிகமான கொடுமைகள் நடைபெற்ற அண்டை மாநிலமான உத்தர பிரதேசத்தில் கூட இந்தக் கருத்தரங்கம் நடைபெற்றது. குடியிருப்பு (அ) குடிமை, கூலி, உணவு, வேலைவாய்ப்பு, நிலம் ஆகியவற்றுக்காகவும், வரதட்சணை, குடும்ப வன்முறைக்கெதிராகவும் மாதர் சங்கம் போராட்டங்களில் முன் நின்றது. நம் நாட்டில் பெண்களின் விடுதலைக்கான ஊக்குவிப்பை அளித்திருக்கும் ஜனநாயக மாதர் சங்கம் மற்றும் அதன் தொண்டர்களின் உறுதிப்பாடு, தாக்குப்பிடிக்கும் சக்திக்கும் நான் வணங்குகிறேன்.

இங்கு கூடியிருக்கும் ஊக்கமிக்க மாதர் சங்கப் போராளிகளுக்கு இங்கு பகிர்ந்து கொள்ளப் பல அனுபவங்கள் இருக்குமென்பது நிச்சயம். அவர்கள் எப்படி அசமத்துவத்துக்கும், வன்முறைக்கும் எதிராக ஏராளமான போராட்டங்களை நடத்தினார்கள் என்ற அனுபவங்களை அவர்கள் பகிர்ந்து கொள்வர். இந்தக் கணத்தில் ஜனநாயக மாதர் சங்கத்தின் வீரமிக்க தலைவர்களான பாப்பா உமாநாத், சுசீலா கோபாலன் போன்றவர்களையும் இயக்கத்தின் தொடக்க கட்டத்தில் பெண்களின் உரிமைகளுக்காகவும், அவர்களது கல்வி, வேலைவாய்ப்பு, அந்தஸ்து ஆகியவற்றுக்காகவும், சாதியம், வகுப்புவாதம் ஆகியவற்றுக்கெதிராகவும் குழந்தை உரிமைகளுக்காகவும் போராட்டங்களை எனக்கு நினைவூட்டுகிறது. 2013இல் பீகாரின் புத்தகயாவில் நடைபெற்ற மாதர் சங்கத்தின் பத்தாவது தேசிய மாநாட்டின் தொடக்க நிகழ்வை நான் நினைவு கூர்கிறேன். அதில் ‘வன்முறைக்கு எதிராகப் பெண்கள்: நீதிக்கான போராட்டம், வன்முறையைத் தடுத்தல், உரிமைகளைக் கோருதல்’ என்ற தலைப்பில் சிறப்பு அமர்வு நடைபெற்றது. அந்த அமர்வில் நாடு முழுவதிலும் இருந்து பல்வேறு விதமான வன்முறை, பாகுபாடு, சமூக

அநீதி போன்றவற்றுக்கெதிராகப் போராடும் பெண்கள் உரையாற்றினர். அவற்றில் குடும்ப வன்முறை, அரசியல் வன்முறை, பாலியல் வன்முறை, நில உரிமைகளுக்கான போராட்டம், சாதி, வகுப்புப் பாகுபாட்டுக்கெதிரான போராட்டம், பயங்கரவாதத்துக்கெதிரான போராட்டம் ஆகியவை அடங்கும். அவர்களது விவரிப்பு நமக்குத் தொடர்ந்து ஊக்கமளிக்கும்.

இந்தியாவில் பெண்களின் நிலை இந்தக் கூட்டத்திற்கு விளக்கப்பட வேண்டியதில்லை. வேலைவாய்ப்பு, கல்வி, கூலி பாகுபாடு, பாதுகாப்பு ஆகிய குறியீடுகள் மோசமான நிலையை வெளிப்படுத்துவதாக உள்ளன. குறிப்பாக இந்தியாவில் இருக்கும் தலித் மற்றும் சிறுபான்மையினப் பெண்களின் நிலை மேலும் மோசமாக உள்ளது. அவர்களது ஒடுக்குமுறை இருமடங்கு, மும்மடங்கு, நான்கு மடங்காக உள்ளது. பெண்குழந்தைகளைப் பற்றி என்னதான் பேசப்பட்டாலும் உண்மை பெண்கள் வேலைவாய்ப்பு நாட்டில் தொடர்ந்து குறைவதாகவே உள்ளது. பல துறைகளில் ஆண்களுக்கும், பெண்களுக்கும் இடையிலான கூலிப் பாகுபாடு மிக அதிகமாக உள்ளது. உலகில் பாலினங்களிடையே இருக்கும் ஊதியப் பாகுபாடு பற்றிய விவாதம் ஆவேசமாக நடைபெறும் அதே வேளையில், இந்தியாவில் அது *25.4* சதவீத அளவுக்கு அதிகமாக உள்ளது. ஆண்கள் ஒரு மணி நேரத்துக்கு ஊதியமாக ரூ.*288.68* பெறும் அதே வேளையில் பெண்கள் ஒரு மணி நேரத்துக்கு ரூ.*207.85*ஐத்தான்[23] பெறுகிறார்கள்.

தகவல் தொழில்நுட்பத் துறையில் இந்த வேறுபாடு மிக அதிக அளவில், *34%* ஆக உள்ளது. தகவல் தொழில்நுட்பத் துறையில் வேலை செய்யும் ஆண்கள் ஒரு மணி நேரத்துக்கு ரூ.*360.9* வருமானம் பெறுகிறார்கள். பெண்கள் ஒரு மணி நேரத்துக்கு ரூ.*239.60* தான் பெறுகிறார்கள். துறை வாரியாக ஆராய்ந்ததில் இந்த பாலின அசமத்துவம் உற்பத்தித் துறையில் மிக அதிகமாக *34.9* சதமாகவும், மிக குறைவாக போக்குவரத்து, ஏற்பாட்டுத் துறை *(logistics)* தகவல் தொடர்பு ஆகிய துறைகளில் உள்ளது. அது *17.7* சதமாக உள்ளது. மான்ஸ்டர் ஊதிய விகித அறிக்கையில் பாலின ஊதிய வேறுபாட்டில் இந்தியா *2015*ஆம் ஆண்டில் ஆறாம் இடத்தில் உள்ளது. வேலை நிலைமைகள் மோசமடைதல், கடன், சமூகப் பாதுகாப்பு ஆகியவை கிடைக்காதது ஆகியவற்றில் பாலினப் பாகுபாடு சுட்டிக்காட்டப்பட்டுள்ளது..

---

23. இந்தியாவில் பாலின ஊதிய இடைவெளி. 27% மான்ஸ்டர் ஊதிய விகிதம், பிசினெஸ் ஸ்டாண்டர்ட், 2016, மே 18.

இந்த நாட்களில் நூறு நாள் வேலைத்திட்டத்தை முடக்குவது பெண்களின் நிதி சுதந்திரத்தை முடக்குவதில் இன்னொரு மைல்கல்.[24] இதற்குக் காரணம் என்னவென்றால் மிகப்பெரும்பான்மையான நூறுநாள் வேலைத்திட்டத் தொழிலாளர்கள் பெண்கள். அதில் கிட்டத்தட்ட பாதிப்பேர் தலித்துக்கள் அல்லது பழங்குடியினர். ஐ.மு. கூ அரசு வஞ்சகமான வழியில் இந்தத் திட்டத்துக்கு ஒதுக்கீட்டைக் குறைப்பதன் மூலம் அதை ஒழித்துக் கட்டியது. அதனால் தொழிலாளர்களுக்கு பெருமளவு கூலி நிலுவையில் தங்கி விட்டது. இப்போது, தற்போதைய தே.ஜ.கூ. அரசு ஒரு படி மேலே சென்று அதனை வெளிப்படையாகவே ஒழித்துக் கட்டும் வழியில் செல்கிறது. இந்தத் திட்டத்தை மிகவும் துன்பத்திலுள்ள 200 மாவட்டங்களுக்கு மட்டும் சுருக்கியதால், அனைத்துக் குடும்பங்களுக்கும் வாழ்வாதாரம் என்ற அனைவருக்குமான உரிமை தடுக்கப்படும்.

தமது கைகளில் சட்டங்களை எடுத்துக் கொண்டு, மனுஸ்மிருதி, மற்ற காலங்கடந்த சமூக விதிகளின்படி, பாலின, சாதி அடிப்படையிலான வழிகளில் தீர்ப்புகளை அளிக்கும் காப் பஞ்சாயத்துக்கள் பெண்களின் விடுதலைக்குப் பெருங்கேடு விளைவிக்கின்றன. கௌரவக் கொலைகள், வன்புணர்வுகள் அதிகரித்ததன் பின்னணியில் நிர்பயா நிதி அமைக்கப்பட்டது. அது வன்முறையை எதிர்கொண்ட பெண்களுக்கு ஆதரவளிக்க வேண்டும். ஆனால் அதற்குப் போதுமான நிதி ஒதுக்கப்படவில்லை. அரசு மீண்டும் மீண்டும் தனது செயல்பாடுகள் மூலம் அது பெண்களின் பாதுகாப்பு குறித்து தீவிரத்துடன் இல்லை என்பதை வெளிப்படுத்தியுள்ளது. ராம் சேனா, பஜ்ரங்தள் போன்ற இந்தியக் கலாச்சாரத்தைப் பாதுகாப்பதாகக் கூறிக் கொண்டு உருவாகியுள்ள வலதுசாரிக் குழுக்கள் பெண்களின் தேர்வு, சுதந்திரம், பாதுகாப்புக்கு மேலும் அச்சுறுத்தலை உருவாக்கியுள்ளன. மத வெளிகளில் கூட, பெண்களின் சுதந்திரம் கோவில்களிலும், மசூதிகளிலும், தேவாலயங்களிலும் கூட மீறப்படுகிறது. பணியிடத்தில் பெண்கள் துன்புறுத்தல்கள் பற்றியும் கூட, நீதிபதி வர்மா கமிட்டி

24. தேசிய ஊரக வேலைவாய்ப்பு உறுதிச் சட்டம் 2005இல் நிறைவேற்றப்பட்டது. அது கிராமப்புறப் பகுதிகளில் மக்களின் வாழ்வாதாரத்தை உயர்த்தும் நோக்கத்தைக் கொண்டது. அங்கு வேலைவாய்ப்பு நெருக்கடியும், உணவுப் பாதுகாப்பு நெருக்கடியும் மிகவும் மோசமாகியுள்ளது. நரேந்திர மோடி அரசு இந்தக் குறிப்பிடத்தக்க சீர்திருத்தத்துக்கு ஆபத்தை விளைவித்துள்ளது. 2014இல் மாதர் சங்கம் இத்திட்டத்தை விரிவு படுத்தும் கோரிக்கையுடன் தன்னை மற்ற மக்கள் இயக்கங்களுடன் இணைத்துக்கொண்டது.

பரிந்துரைகள், உச்சநீதிமன்றம் விசாகா வழக்கில் அளித்த வழிமுறைகள் ஆகியவற்றை அமல்படுத்துவது எளிதாக எடுத்துக்கொள்ளப்படுகிறது.[25]

நாட்டிலுள்ள பெண்களின் பொதுவான நிலைமையைப் பற்றிப் பேசுவது மட்டுமே போதாது; கடந்த சில ஆண்டுகளில் ஐ.மு.கூ, தே.ஜ.கூ ஆகியவற்றின் தலைமையில் நடந்த அடுத்தடுத்த புதிய தாராளமய அரசுகள் பெண்களை எப்படி நடத்தின என்பது குறிப்பாக விவாதிக்கப்பட வேண்டும். புதிய தாராளமயம் கட்டவிழ்த்து விட்ட அமைப்பு ரீதியான வன்முறை காரணமாக பெண்கள் எப்படி பாதிக்கப்படுகிறார்கள் என்ற சாரத்தை உண்மையிலேயே தெரிந்து தெளிய இது விவாதிக்கப்பட வேண்டும்.

பாஜக அரசு மத்தியில் அதிகாரத்தில் அமர்ந்து சுமார் இரண்டரை ஆண்டுகள் ஆகிவிட்டன. இன்னமும் 2014 பொதுத் தேர்தலின் போது அவர்கள் அளித்த ஏராளமான வாக்குறுதிகளில் எதையும் நிறைவேற்றுவதில் அவர்கள் தோல்வியடைந்து விட்டனர். அவர்கள் நரேந்திர மோடியை இந்திய மக்களின் பாதுகாவலராக ஊதிப்பெருக்கினர். மின்னும் தளபதியாக பளபளப்பான கவசத்தில் காட்டி, விரைவாக நல்ல நாளுக்கு (அச்சே தின்) அழைத்துச் செல்லப்போவதாகக் கூறினர். மக்கள் அவர்களை நம்பினர், குறைந்தது 31% மக்கள் நம்பினர். பாஜக லோக்சபாவில் பெரும்பான்மை பெற்றது. பல தருணங்களில், பிரச்சாரங்களின்போதும், தேர்தலில் வெற்றி பெற்ற பிறகும், மோடி இந்த நாட்டின் பெண்களைப் பற்றியும், அவர்களது முன்னேற்றம் இல்லாமல் எப்படி நாடு வளர்வது சாத்தியமற்றது என்பது குறித்தும் மோடி பேசினார். பெண்கள் பற்றிய அவரது பார்வைகள் மிகவும் விரிவானவை. எந்த அளவுக்கு என்றால், அவர் ஆட்சியில் இருந்த இரண்டரை ஆண்டுகளின் போது, தனிப்பட்ட வாழ்க்கையில் இந்தியப் பெண்களின் நிலைமையை முன்னேற்ற ஓய்வின்றி உழைத்திருப்பார் என்று ஒருவர் நினைக்குமளவுக்கு அவர் அப்படி இருந்தார். ஆனால், மாறாக, நிதர்சனம் என்னவென்றால் பாஜகவும், பிரதமரும் உரையாற்றுவதில் மட்டுமே விருப்பம்

---

25. நீதிபதி ஜே.எஸ்.வர்மா (தலைவர்), நீதிபதி லைலாசேத், கோபால் சுப்ரமணியம் ஆகியோரைக் கொண்ட குற்றவியல் சட்டத் திருத்தத்துக்கான குழு 2013, ஜனவரி 13 அன்று சமர்ப்பித்த அறிக்கை. விசாகா (எ) ராஜஸ்தான் அரசு என்ற வழக்கு விசாகாவும் பிற பெண்கள் அமைப்புக்களும் இணைந்து உழைக்கும் பெண்களுக்கு இந்திய அரசியலமைப்புச் சட்டப்பிரிவுகள் 14, 19, 21 ஆகியவை அளிக்கும் அடிப்படை உரிமைகளை அமலாக்குவதற்காகத் தாக்கச் செய்த வழக்காகும். நீதிமன்றமானது பணிபுரியும் இடத்தில் பாலியல் துன்புறுத்தல் குறித்த அடிப்படைப் புரிதலையும், இத்தகைய துன்புறுத்தலை முடிவுக்குக் கொண்டுவர கொள்கை வரையரையையும் விசாகா வழிகாட்டல்களாக அளித்தது.

கொண்டுள்ளனர், தமது வார்த்தைகளை செயலுக்கு மாற்றுவதில் அவ்வளவு முனைப்புடன் இல்லை.

பாஜக தனது 2014 பொதுத்தேர்தலுக்கான தேர்தல் அறிக்கையில் பெண்களை இந்த நாட்டை கட்டுபவர்கள் என்று அழைத்தது. இருப்பினும், நிகழ்வு போக்கில் அவர்கள் இறுதியில் ஏற்கெனவே விளிம்புக்குத் தள்ளப்பட்டுள்ள பெண்களையும், தலித்துக்களையும் பொதுத்தளத்திலிருந்து மேலும் தள்ளிவிடும் அத்தகைய 'வளர்ச்சித் திட்டங்களை' வகுக்கிறார்கள். நாம் மத்திய, மாநில பாஜக அரசுகள் பெண்களுக்கு வஞ்சனை செய்துள்ள சில முக்கிய விஷயங்களைப் பார்ப்போம்.

மோடி அரசின் கீழ் புதிய தாராளமயம் மற்றும் தந்தைவழி/ஆண்குலத் தலைமையின் ஆபத்தான பிணைவில் பெண்களுக்கு எதிரான மிகக் கசப்பான பாகுபாட்டு வடிவத்தைப் பார்த்தோம் என்பதே உண்மையாக உள்ளது.

முதலாளித்துவ இந்திய அரசியல் பெண்கள் ஒதுக்கீட்டு மசோதாவை வைத்து 18 ஆண்டுகள் விளையாடியது. மழுப்பலான உறுதிமொழிகள் அளித்தல் அல்லது அமைதி காத்தல் ஆகியவற்றை மோடி அரசு கடைப்பிடித்த பல முக்கிய விஷயங்களில் பெண்கள் ஒதுக்கீட்டு மசோதாவும் ஒன்று. இந்த மசோதாவைப் பாராளுமன்றத்தில் நிறைவேற்றுவோம் என்று பாஜக தனது தேர்தல் அறிக்கையில் தெளிவாகக் குறிப்பிட்டுள்ளது. இப்போது இரண்டு ஆண்டுகள் நிறைவேறிய நிலையில், மேலவையில் நிறைவேற்றப்பட்டுள்ள இந்த மசோதா மக்களவை நிகழ்ச்சி நிரலில் எங்குமே காணப்படவில்லை. அரசு அதை விரைவில் கொண்டு வருவதாக உறுதியளிக்கிறது, ஆனால் 'விரைவில்' என்ற வார்த்தைக்கு அவர்களது விளக்கம் மற்றவர்களுடையதிலிருந்து வேறாக இருக்க வேண்டும். அடுத்த வருடம் இந்திய சுதந்திரத்தின் 70 ஆண்டுகள் நிறைவேறியிருக்கும். ஆனால் 16ஆவது மக்களவையில் பெண்களின் பிரதிநிதித்துவம் வெறும் 11% மட்டுமே. பெண்கள் ஒதுக்கீட்டு மசோதாவிற்குப் பின்னாலுள்ள சிந்தனை, பஞ்சாயத்துக்களிலும், நகர்ப்புற உள்ளாட்சி அமைப்புக்களிலும், சில மாநில அவைகளிலும் நிறைவேறி இருப்பது போல் பாராளுமன்றத்தில் பெண்களின் பிரதிநிதித்துவத்தை அதிகரிப்பதாகும்.

முந்தைய அரசுகளில் எதுவும் மைய அரசியலில் பெண்களின் பங்கேற்பை அதிகரிப்பதில் மிகவும் ஊக்கத்துடன் இல்லை என்பதால்

பாஜகவின் அமைதி பொறுத்துக் கொள்ளப்பட்டிருக்கலாம். ஆனால் ராஜஸ்தானிலும், ஹரியானாவிலும் பாஜக அரசுகள் பஞ்சாயத்துத் தேர்தல்களில் போட்டியிடும் வேட்பாளர்களின் தகுதி மீது ஒருதலைப்பட்சமான நிபந்தனைகளைப் போடுவதன் மூலம் தேர்தலில் போட்டியிடும் அரசியலமைப்புச்சட்ட உரிமையை நேரடியாகத் தாக்குதல் நடத்தியுள்ளன. இந்தத் தாக்குதலை நாட்டின் ஜனநாயக, முற்போக்கு சக்திகள் வலுவாக எதிர்த்துள்ளன.

ராஜஸ்தானின் பாஜக அரசு 2014 டிசம்பர் 20 அன்று ஒரு அவசரச் சட்டத்தைப் பிறப்பித்தது. அது மாநிலத்தின் பஞ்சாயத்துத் தேர்தல்கள் அறிவிப்பதற்கும், நீதிமன்றத்தில் குளிர்கால விடுமுறை தொடங்குவதற்கும் சற்றுமுன் நடந்தது. இந்த அவசரச்சட்டத்தில் அரசு பஞ்சாயத்துத் தேர்தல்களில் போட்டியிடும் அனைத்து வேட்பாளர்களுக்கு, வெவ்வேறு பதவிகளுக்கு 5, 8, 10 என்று குறைந்தபட்சக் கல்வித் தகுதிகளையும், அவர்கள் வசிக்கும் வீடுகளில் பயன்பாட்டில் இருக்கும் கழிவறை இருக்க வேண்டுமென்றும் கட்டாயமாக்கியது. இந்த நிபந்தனைகளின் காரணமாக, ஏராளமானோர் பஞ்சாயத்துத் தேர்தல்களில் போட்டியிடும் வாய்ப்பு இல்லாமல் போனது. குறிப்பாக தலித்துக்கள், பெண்கள், சிறுபான்மையினரிடையே கல்வியில் பிற்போக்கு நிலை அதிகமாக இருப்பதால் அவர்கள்தான் அதிகம் வாய்ப்பை இழந்தனர். அதனால்தானே அவர்கள் விளிம்புநிலைக்குத் தள்ளப்பட்டனர். ராஜஸ்தான் அரசு எடுத்த இந்த அரசியல் சட்டவிரோத நடவடிக்கையால் 80% பெண்கள் அங்கு தேர்தலில் போட்டியிடும் உரிமையை இழந்தனர். இந்த எண்ணிக்கையை ராஜஸ்தான் அரசின் இந்த அவசரச்சட்டத்துக்கெதிராக நீதிமன்றத்தில் வழக்குத் தொடுத்த நொராட்டி பாயும், கம்லா மேக்வாலும் வெளிப்படுத்தினர். ஆனால் அங்கு அவர்களுக்கு எந்த நிவாரணமும் கிடைக்கவில்லை. அதன் விளைவாக, ராஜஸ்தானின் பல்வேறு பகுதிகளில் பஞ்சாயத்துக்களுக்குத் தகுதியான வேட்பாளர்கள் கிடைக்காததால் அவை காலியாகவே உள்ளன. பல இடங்களில் இதன் காரணமாக வேட்பாளர்கள் எதிர்ப்பின்றித் தேர்ந்தெடுக்கப்பட்டனர். இது ஜனநாயகக் கோட்பாட்டுக்கே விரோதமாகச் சென்றது.

இதே போன்ற ஒரு அவசரச்சட்டம் ஹரியானாவிலும் பாஜக அரசால் கொண்டு வரப்பட்டது. ஆனால் அரசு இதை திருட்டுத்தனமாக சட்டசபையில் ஒரு திருத்தமாகக் கொண்டு வந்து, தேவையான விவாதம் இல்லாமல் மிகவும் ஜனநாயகமற்ற முறையில் நிறைவேற்றிக்கொண்டது. இந்த மசோதா கடைசி சில

நிகழ்ச்சிநிரல்களில் ஒன்றாக இருந்தது. அது வேகவேகமாக நிறைவேற்றப்பட்டு ஆளுநர் இரவு நேரத்தில் கையெழுத்திட்டார். அடுத்தநாள் பஞ்சாயத்துத் தேர்தல்கள் அறிவிக்கப்பட்டன. இந்தத் திருத்தத்துக்கெதிராக ஜனநாயக மாதர்சங்கம் உச்சநீதிமன்றத்தில் மனுத் தாக்கல் செய்தது. ஆனால் மிகவும் சர்ச்சைக்குரிய முறையில் நீதிமன்றம் எதிர்நிலை எடுத்து தீர்ப்பளித்தது. மேலவை, ஜனாதிபதி உரையில் உச்சநீதிமன்றத்தின் தீர்ப்பிற்கு விமர்சனத்தைச் சேர்க்குமாறு அரசை நிர்ப்பந்தித்தது. இந்த அரசியலமைப்புச் சட்ட விரோத திருத்தத்தின் விளைவாக *83%* தலித் பெண்களும், மற்ற பகுதிகளைச் சேர்ந்த *67%* பெண்களும் பஞ்சாயத்துத் தேர்தல்களில் போட்டியிடுவதிலிருந்து விலக்கப்பட்டனர்.

பாஜக ‘சப்கா சாத், சப்கா விகாஸ்’ (அனைவருடனும், அனைவரின் முன்னேற்றத்துக்காகவும்) என்ற உறுதிமொழியை அளித்து ஆட்சிக்கு வந்தது. ஆனால் பஞ்சாயத்துராஜ் சட்டத்தில் பாஜக ஆளும் மாநிலங்களான ராஜஸ்தானிலும், ஹரியானாவிலும் செய்யப்பட்ட திருத்தங்கள் தேர்தல்களில் போட்டியிடும் அரசியல் சட்ட உரிமையை ஏராளமான பெண்களிடமிருந்து பறித்து விட்டது. அவர்கள் பெண்கள் ஒதுக்கீட்டுச் சட்டத்தை லோக்சபாவில் தடுத்தது மட்டுமல்ல, நமது ஜனநாயகத்தின் கீழ்மட்டஅளவில் முடிவெடுக்கும் நிகழ்முறையிலிருந்து வெளியேற்றிவிட்டது. இது அனைவரின் வாக்குகளில்தான் அவர்கள் ஆர்வமுள்ளவர்களாக உள்ளனர், அனைவரின் முன்னேற்றத்திலல்ல என்பதைக் காட்டுகிறது. அவர்கள் ‘தேசத்தைக் கட்டுபவர்களை’ உதைத்து அவர்கள் நமது அரசியலமைப்பு ஜனநாயகத்தில் செயல்படும் உறுப்பினர்களாக இருக்கக் கூடிய பொதுவெளியிலிருந்து தள்ளுகின்றனர்.

மாநில அளவில் பாஜகவின் இந்த பெண்கள் விரோத நடவடிக்கைகளைத் தவிர, பெண்களுக்கெதிரான தனது உள்ளார்ந்த தத்துவார்த்த ஒருதலைச்சார்பையும் மோடி அரசு வெளிப்படுத்துகிறது. பெண்கள் குழந்தைகளுக்கான மத்திய அமைச்சர் மேனகா காந்தி கட்டாயமாக கருவின் பாலினத்தை பிறப்புக்கு முன்பே கண்டுபிடிப்பதைக் கட்டாயமாக்குவதையும், பிறகு தாயைக் கண்காணிப்பதையும் ஆலோசனையாக வழங்கினார். இந்த ஆலோசனை மாதர் அமைப்புக்களால் கடுமையாகக் கண்டனம் செய்யப்பட்டது. ஏனென்றால், அது கருவின் பாலினத்தை முன்பே கண்டறிவதற்கு எதிராக *1994-95* இல் நிறைவேற்றப்பட்ட சட்டத்திற்கு[26]

---

26. கருவிலிருக்கும் போதே பாலினத்தை அறியும் தொழில்நுட்பச் சட்டம் *1994* கருவிலேயே பெண் குழந்தைகளை அழிப்பதைத் தடுக்கவும், முன்கூட்டியே பாலினத்தை

நேரெதிரானது 1994இல் நிறைவேற்றப்பட இந்தச் சட்டம் கருவை அழிக்கும் மனிதாபிமானமற்ற செயல்பாடுகளைக் கட்டுப்படுத்தக் கொண்டு வரப்பட்டது. இந்தச் சட்டம் மருத்துவர்களும், ஸ்கேன் செய்யும் தொழில் நிபுணர்களும்பெற்றோர்களுக்குக் குழந்தைகளின் பாலினத்தைத் தெரிவிப்பதை சட்டவிரோதமாக்குகிறது. மருத்துவர்களின் லாபி நீண்ட நாட்களாக தமது பொறுப்பைத் தட்டிக் கழிக்க முயன்று கொண்டிருந்தது. இப்போது மத்திய அமைச்சரும் அதையே சொல்லி இருக்கிறார். இது பெண் கருக்கலைப்பில் மோடி அரசு எவ்வளவு தீவிரமாக இருக்கிறது என்பதைத் துல்லியமாகக் காட்டுகிறது. இந்தியாவில் குழந்தைகளிடையே குறைந்து வரும் பாலின சமன்பாடு நமது சமூகம் ஏற்கெனவே சந்திக்கும் வெளிப்படையான பிரச்சனை. இந்தியாவில் பெருமளவில் இருக்கும் குலத்தலைவர் முறையானது பெண்கள் தமது வாழ்க்கையை தமது விருப்பப்படி நடத்துவதையும், மரியாதையுடன் வாழ்வதையும் கடினமாக்குகிறது. நமது நாட்டில் பெரும்பாலான பகுதிகளில் பெண் குழந்தைகள் பிறக்க அனுமதிக்கப்படுவதே இல்லை. இந்த நிலையில் மத்திய அமைச்சரின் இந்த ஆலோசனை பெண்களுக்கு எதிரானதென்றே அழைக்க முடியும். ஏனென்றால் மருத்துவ அறிவியலும் பெரும் பணம் சுழலும் இடம் என்ற உண்மையை நாம் அறிவோம். அதுவும் முதலாளித்துவ அமைப்பில் மற்ற அனைத்தையும் இயக்கும் இலாபத்தாலேயே இயக்கப்படுகிறது. மருந்து தயாரிப்பு நிறுவனங்கள், மருத்துவக் கருவி உற்பத்தியாளர்கள், மிகவும் பணக்கார மருத்துவர்களின் லாபி ஆகியவற்றின் கூட்டு இந்தப் புனிதமான தொழிலை பணம் பண்ணும் திட்டமாக மாற்றிவிட்டது. பிறப்புக்கு முன்பே பாலினத்தை அறிவதை பெற்றோருக்கு அரசு கட்டாயமாக்கினால், அது பணம் பண்ணுவதற்கு ஒரு புதிய பகுதியைத் திறந்து விடும். நாட்டில் தாயாகப் போகும் ஒவ்வொரு பெண்ணையும் கண்காணிக்கும் வழிமுறையும், ஆதாரங்களும் இருக்கிறது என்று தேசத்துக்கு அரசு நேர்மையுடன் உறுதி கூற முடியுமா? மத்திய, மாநில அரசுகளால் இப்போது இருக்கும் ஸ்கேன் மையங்களையே கண்காணித்து பிறப்புக்கு முன் பாலினத்தை அறிவதைத் தடுத்து நிறுத்த முடியவில்லை. ஆனால் இனிமேல் தாயாகப் போகிறவர்களைக்

அறிவதைத் தடுக்கவும் மக்களவையில் நிறைவேற்றப்பட்டது. இந்தச் சட்டம் 2003ஆம் ஆண்டில் பாலினத் தேர்வு என்ற தொழில்நுட்ப வளர்ச்சியுடன் ஒத்துப்போகும் படியாக திருத்தப்பட்டது. இந்தச் சட்டம் நடைமுறையில் சரியான முறையில் அமல்படுத்தப்படவில்லை எனத் தெரிய வருகிறது. சாபுஜார்ஜ், சுதாசுந்தரராமன், 'இந்திய மருத்துவ சமூகம் உதவ வேண்டும், கருவிலேயே பாலினத்தை அறிதல் தடுப்புச் சட்டத்துக்குத் தடை போடக்கூடாது.' தவயர், 2017, ஜூலை 12.

கண்காணிப்பது குறித்து பகல்கனவு காண்கிறார்கள். உண்மையில் இந்த அணுகுமுறையானது மருத்துவக் கருவிகளை உற்பத்தி செய்கிறவர்களையும், மருத்துவர்களையும் தப்ப விட்டு விட்டு அனைத்துப் பொறுப்புக்களையும் பெண்கள் மீதே சுமத்துவதற்கேயாகும்.

மேனகா காந்தி பெண்களுக்கு விரோதமான நிலைப்பாட்டை எடுப்பது இதுவே முதன்முறையல்ல. 2016 மார்ச் மாதத்தில், சர்வதேசப் பெண்கள் தினம் கழிந்து சில நாட்களிலேயே, 'திருமண உறவில் வன்புணர்ச்சி என்ற கோட்பாடு இந்திய சூழ்நிலையில் செயல்படுத்த முடியாதது' என்றார். அவர், அவரது தத்துவார்த்த சகாக்களைப் போலவே, 'இந்தியன்' என்று எதைப் பார்ப்பது என்பதில் மிகவும் தொன்மையான, குரூரமான கோட்பாட்டையே கொண்டிருக்கிறார். பாஜக மற்றும் அதன் தத்துவார்த்தத் தந்தைகள் 'இந்தியன்' என்பது குறித்துக் கொண்டிருந்த விளக்கத்தை முழு இந்திய சமூகத்துக்கும் பொருத்தினால், இந்த நாட்டின் பெண்கள் எப்போதும் சமமான குடிமக்களாகவே முடியாது. ஆர்.எஸ்.எஸ்.சின் தலைவர் மோகன் பாகவத் இந்தத் பாலின உறவுகள் பற்றிய இந்தத் தொன்மையான பார்வையை இப்படி விளக்குகிறார்: 'ஒரு கணவனும் மனைவியும் ஒரு ஒப்பந்தத்தில் இணைகிறார்கள். அதில் கணவன் நீ எனது வீட்டைக் கவனித்துக் கொள், நான் உனது தேவைகளை கவனித்துக் கொள்கிறேன்' என்கிறான். நான் உன்னைப் பாதுகாப்பாக வைத்துக் கொள்கிறேன். எனவே கணவன் ஒப்பந்தத்தின் அம்சங்களைக் கடைப்பிடிக்கிறான். மனைவி ஒப்பந்தத்தைக் கடைப்பிடிக்கிற வரையில், கணவன் அவளுடன் வசிக்கிறான். மனைவி ஒப்பந்தத்தை மீறினால் அவன் அவளைக் கைவிடுகிறான்'.[27] பாஜகவும் ஆர்.எஸ்.எஸ்.சும் ஒரு ஆண் தனது மனைவியை வன்புணர்ச்சி செய்து விட்டுச் செல்வதை அனுமதிக்கின்றன. பாஜக ஆளும் மத்திய பிரதேசத்தில்தான் இந்தியாவிலேயே அதிகமான வன்புணர்ச்சி வழக்குகள் பதிவாகி உள்ளன – ஒரு நாளைக்கு பதினொன்று – நாட்டிலேயே அதிகமான கூட்டு வன்புணர்ச்சி வழக்குகள் – ஒரு வாரத்துக்கு ஆறு. இது மத்திய பிரதேசத்தின் உள்துறை அமைச்சர் பூபேந்திர சிங் சட்டமன்றத்திலேயே 2016, ஜூன் 30 அன்று கூறியது. 2006க்கும், 2015க்கும் இடையில் மாநிலத்தில் வன்புணர்ச்சி வழக்குகள் 74%ம், பெண்கள் கடத்தல் வழக்குகள் 630%ம் அதிகரித்துள்ளன (விகாஸ் சம்வாத், உள்ளூர் அரசு

---

27. ஆர்.எஸ்.எஸ். தலைவர் மோகன்பாகவத் மீண்டும் இந்த விஷயத்தை எடுத்திருக்கிறார். 'பெண்கள் வீட்டுப் பெண்களாகவே இருக்கவேண்டும், கணவர்கள் சம்பாதிக்க வேண்டும்'. இந்தியாடுடே, 2013, ஜனவரி 6.

சாரா நிறுவனம்).[28] நாம் திருமண வன்புணர்வை குற்றமாக்கினால், அது குடும்ப உறவுகளை சீரழிக்கும் என்று மத்திய அமைச்சர் மேனகா காந்தி மேலும் கூறினார். 'குடும்பமும்' அதன் ஒற்றுமையும் வன்முறை, குற்றத்தின் அடிப்படையில்தான் பாதுகாக்கப்பட முடியும் என்று அவர் நினைக்கிறாரா?

மோடி அரசு மிகவும் படாடோபத்துடன், 'பேட்டி படாவோ, பேட்டி பச்சாவோ' (பெண் குழந்தைகளுக்குக் கல்வி அளியுங்கள், பெண் குழந்தைகளைப் பாதுகாத்திடுங்கள்) என்று பெருமையுடன் அறிவித்தது. அறிக்கைகளின்படி, ராஜஸ்தான் அரசு சுமார் 13,000 பள்ளிகளை மூடியுள்ளது. இதே மாநிலம்தான் பஞ்சாயத்துத் தேர்தல்களில் போட்டியிட குறைந்தபட்ச கல்வித் தகுதியை நிர்ணயம் செய்தது. ராஜஸ்தானில் பெண்கள் கல்வி விகிதம் வெறும் 52%தான் 2011 கணக்கீட்டின்படி தேசிய சராசரி 65%ஐ விட இது குறைவு. அரசுப் பள்ளிகளை மூடுவது பெண்குழந்தைகள் மீது மோசமான நேரடி விளைவுகளை ஏற்படுத்தும். ஏனென்றால், பெண் குழந்தைகள் மற்ற கிராமங்களிலோ, தொலை தூரங்களிலோ இருக்கும் பள்ளிகளுக்குச் செல்ல அனுமதிக்கப்பட மாட்டார்கள். ஹரியானா அரசும் பள்ளிகளை மூடுவதை யோசித்துக் கொண்டிருக்கிறது. ரேவாரியில் (ஹரியானா) ஒரு பெண் குழந்தை சமீபத்தில் வன்புணர்வு செய்யப்பட்டது பெண் குழந்தைக்கு கல்வியளிக்கும் விஷயத்தில் பாதுகாப்பு எப்படி முக்கியமான அம்சமாகிறது என்பதைக் காட்டுகிறது. வேறொரு கிராமத்திலிருந்து பள்ளிக்குச் சென்ற பெண் குழந்தையின் வன்புணர்ச்சி சம்பவத்துக்குப் பிறகு, அவளது கிராமத்தைச் சேர்ந்த அத்தனை பெண் குழந்தைகளும் பள்ளிக்குச் செல்வதை நிறுத்தி விட்டனர். அவர்கள் இத்தகைய குற்ற செயலுக்கு ஆளாக விரும்பவில்லை.[29] இது ஒரு தனித்த சம்பவமல்ல; நாம் எளிதாக மற்ற உதாரணங்களைக் காண முடியும். அரசு பள்ளிகளை மூடத் தொடங்கினால், பிறகு கல்வி பெண் குழந்தைகளுக்கு எட்டாக்கனியாகிவிடும்.

மோடி அரசு இப்போது இரண்டு பட்ஜெட்டுகளையும், ஒரு இடைக்கால பட்ஜெட்டையும் தாக்கல் செய்து விட்டது. கடந்த இரு பட்ஜெட்டுக்களிலும், 'ஒருங்கிணைந்த குழந்தைகள் வளர்ச்சி

---

28. நீரஜ்சந்தோஷி, 'மத்திய பிரதேசத்தில் பாதுகாப்பற்ற பெண்கள்: தினமும் 11 பெண்கள் வன்புணர்வுக்கு உள்ளாகிறார்கள், கடந்த ஆண்டில் ஒவ்வொரு வாரத்துக்கும் 6 பெண்கள் கூட்டுவல்லுறவுக்கு ஆளானார்கள்,', இந்துஸ்தான் டைம்ஸ், 2017, மார்ச் 1.

29. 'ஹரியானாவில் வல்லுறவுக்குப்பின் பல சிறுமிகள் பள்ளி செல்வதை நிறுத்துகின்றனர்'. 2016, மே 8, திஇந்து.

சேவைகள்' (ICDS) பெரும் வெட்டுக்களை சந்தித்தது.[30] சமூக நலத்தின் மீது தமது உறுதிப்பாட்டை அழுத்திச் சொல்லும்போது அரசு இதே திட்டத்தைத் தான் முன்னிறுத்துகிறது. இந்தத் திட்டத்தின்கீழ் பெண்கள்தான் பணியமர்த்தப்படுகின்றனர். அவர்களது பணி நேரம் ஒரு ஆசிரியருக்கு இணையாக இருந்தாலும், அவர்கள் தொழிலாளர்களாக அங்கீகரிக்கப்படாததால் அவர்களுக்கு ஊதியம் இல்லாமல் மதிப்பூதியம்தான் கொடுக்கப்படுகிறது. இது மாநிலத்துக்கு மாநிலம் வேறுபடுகிறது. முந்தைய அரசுகளின் ஆட்சியிலும் அவர்களது நிலைமை நன்றாக இல்லை. ஆனால் ஐ.சி.டி.எஸ்.சில் பெரும் வெட்டு என்ற இந்த அரசின் முடிவு நேரடியாக மக்களை பாதிக்கும். அதாவது, இந்தத் திட்டத்தில் வேலை செய்யும் பெண்களை பாதிக்கும். 2015-16 பட்ஜெட்டில் ஐ.சி.டி.எஸ்.சுக்கான ஒதுக்கீடு 50% வெட்டப்பட்டது. இதனை மக்களவையில் பெண்கள் மற்றும் குழந்தைகள் வளர்ச்சிக்கான மத்திய அமைச்சர் அறிவித்தார். இந்தத் தொழிலாளர்கள்தான் நமது குழந்தைகளை கவனித்துக் கொள்கின்றனர். தேசிய குடும்ப நல ஆய்வின்படி, பதினைந்து மாநிலங்களில் ஐந்து வயதுக்குக் குறைவான குழந்தைகள் 37% குறைவளர்ச்சி பெற்றவர்கள் எனவும், 22 சத குழந்தைகள் வீணடிக்கப்பட்டுள்ளனர் எனவும், 34 சதம் எடைக்குறைவால் பாதிக்கப்பட்டுள்ளனர் என்றும் கண்டு பிடித்துள்ளது என்பதைக் கவனிப்பது சரியாக இருக்கும். இந்தக் குழந்தைகளைக் கவனித்துக் கொள்ளும் பெண்களுக்குக் குறைவாக ஊதியம் கொடுப்பது என்பது இத்திட்டத்தையே குலைக்கும்.

2016-17ஆம் ஆண்டுக்கான பொது பட்ஜெட்டில் இத்திட்டத்துக்கான ஒதுக்கீடு இன்னும் 6% வரை குறைக்கப்பட்டது. குலத்தலைவன் அமைப்பில் பெண்களின் உழைப்பு எந்த மதிப்பும் இல்லாதது; அது எப்போதுமே அவளது சேவை என்றும் குடும்பத்துக்கும், சமூகத்துக்கும் அவளது அன்பு என்றும் அல்லது அவள் யார் என்பதுடன் இணைந்த பகுதி என்றும் எப்போதும் அழைக்கப்படுகிறது. இத்தகைய சேவைக்கு எப்போதும் பணத்தால் ஈடு கட்ட முடியாது எனவும், அவ்வாறு செய்வது பெண்களை அவமரியாதை செய்வதாகும் எனவும் அவர்கள் வாதிடுகின்றனர். இந்தப் பெண்கள் மதிப்பூதியமாக மிகவும் குறைவான ஊதியமே பெறுவதால் இத்திட்டத்தின் கீழ் வேலை செய்யும் பெண்கள் ஏற்கெனவே வாழ்வதற்காகப் போராடிக் கொண்டிருக்கின்றனர். இந்த பட்ஜெட் வெட்டுகள் அவர்களது வாழ்க்கையை இன்னும் கடினமாக்கப் போகின்றன.

---

30. வித்யாகிருஷ்ணன், 'ஒருங்கிணைந்த பெண்கள், குழந்தைகள் வளர்ச்சித் திட்ட ஒதுக்கீட்டில் பெரும்வெட்டு', திஇந்து, 2016, மார்ச் 3.

மோடி அரசு அவரது கட்சி நடத்தும் மாநில அரசுகளுடன் சேர்ந்து எப்படி பெண்களைசட்டப்பூர்வமான வழிகளில் துரோகம் செய்கின்றன என்பதற்கு இவை சில உதாரணங்கள் மட்டுமேயாகும். வன்மையான, இழிவுபடுத்தும் அறிக்கைகளாலும், இயக்கங்களாலும் எப்படி நாட்டிலுள்ள பெண்களுக்கு ஒரு பெண்கள் விரோத சூழலைத் தொடர்ந்து பாஜக நாடாளுமன்ற, சட்ட மன்ற உறுப்பினர்களும், பிற கட்சி உறுப்பினர்களும் அல்லது சங் பரிவாரத்தினரும் உருவாக்குகின்றனர் என்ற தொடர்ச்சியான பட்டியல் உள்ளது. அது மேலிருந்து வருகிறது. 2015 ஜூனில், பங்களாதேஷ் பிரதமர் ஷேக் ஹசீனா ' ஒரு பெண்ணாக இருந்தாலும்' பயங்கரவாதத்துக்கு எதிராக வலுவான நிலையெடுத்தார் என்று பிரதமர் பேசினார். பாஜகவின் உத்தர பிரதேச துணைத்தலைவர் தயாசங்கர் சிங் ஒரு தேர்தல் பிரச்சாரக் கூட்டத்தில் நரேந்திர மோடிக்கு அருகில் அமர்ந்து கொண்டு, பகுஜன் சமாஜ் கட்சித் தலைவர் மாயாவதியை ஒரு பாலியல் தொழிலாளிக்கு ஒப்பிட்டார்; பிரதமர் அசையவேயில்லை. மத்திய பிரதேச உள்துறை அமைச்சரும் பாஜக தலைவருமான பாபுலால் கௌர் பாலியல் வன்புணர்ச்சி என்பது 'சிலசமயம் சரியானது, சிலசமயம் தவறானது' என்று பேசினார். பிறகு பாஜக தலைவரும் முன்னாள் ஐ.பி.எஸ். அதிகாரியுமான கிரன் பேடி இப்படிக் கூறினார்: 'ஆண் புறாக்கள் எப்போதும் பெண் புறாக்களை விரட்டும். அது ஒரு விலங்கு உள்ளுணர்வு.' இது நம்மை இயற்கையிடம் அழைத்துச் சென்றால், சங் பரிவாரத்திலுள்ள மற்றவர்கள் நமக்கு கலாச்சாரம் என்ற சிந்தனையை எடுத்து வருகின்றனர். ஆர்.எஸ்.எஸ் தலைவர் மோகன் பாகவத் வன்புணர்ச்சி 'இந்தியாவில்தான்' நடக்கும், 'பாரதத்திலல்ல' என்று கூறினார். அதாவது 'மேற்கத்தியக் கலாச்சாரத்தின் ஆதிக்கம் உண்மையான இந்திய பண்பாட்டையும், கலாச்சாரத்தையும் அரித்து விட்டது' என்றார். இது இந்திய மக்கள் மனுஸ்மிருதியைப் பின்பற்ற வேண்டுமென்ற சங்பரிவாரத்தின் அழுத்தமாகும். அது பெண்கள் அடுப்பறையின் நான்கு சுவர்களுக்குள் அடக்கப்பட வேண்டுமென்று கூறுகிறது.

சங் பரிவாரமும், பாஜகவும் தூக்கிப் பிடிக்கும் இந்து அடிப்படைவாதத் தத்துவமே சமூகத்தில் பெண்களின் நிலைக்குக் கேடானது. இந்தத் தத்துவம் பெண்களைக் காட்சிப் பொருளாக்குகிறது. பெண்களையும், அவர்களின் உரிமைகளையும் அவர்கள் ஒரு ஆணின் வாழ்க்கையில் ஆற்றும் பாரம்பரிய பங்கை வைத்தே பெண்களின் உரிமைகளைப் புரிந்து கொள்கிறது, விளங்கிக் கொள்கிறது. எனவேதான் அவர்கள் ஒரு

பெண்ணின் துப்பட்டா தோளை விட்டு நழுவினால் அது குடும்பங்களின் ஆண்களுக்கு அவமரியாதையைக் கொண்டு வருவதாகக் கூறுகிறார்கள்; பெண்களின் ஜீன்சுகள் அல்லது கால்சட்டைகள், ஸ்கர்ட்டுகள் ஆகியவை ஒட்டுமொத்த ஆண் சமூகத்துக்கும் அவமரியாதையைக் கொண்டு வருவதாகவும் பார்க்கிறார்கள்; ஒரு பெண் வேறொரு மதத்தைச் சேர்ந்த ஒரு ஆணைத் திருமணம் புரிந்து கொண்டால் அதற்குக் காரணம் அந்த ஆணின் சூழ்ச்சிதான் எனவும், அதற்குக் காரணம் பெண்களுக்கு முழுதும் செயல்படக் கூடிய மூளையும், தனது சொந்தத் தேர்வுகளைச் செய்து கொள்ளும் திறனும், அதன் விளைவுகள் எதுவானாலும் அதை எதிர்கொள்ளும் திறனும் அல்ல எனவும் அவர்கள் முடிவு செய்து விட்டனர். பெண்களின் அரசியல், சமூக, பொருளாதார உரிமைகள் என்று வரும்போது, ஒட்டுமொத்த பெண் சமூகமும் அவர்கள் பார்வையில் மறைந்து விடுகிறது.

பிற்பகுதி முதலாளித்துவத்தின் விளைவான நுகர்வுக் கலாச்சாரமும் பெண்களைக் காட்சிப் பொருளாக்கி அவர்களை பண்டங்களாகக் காட்டுவதில் முனைந்துள்ளது. இதை அநேகமாக அனைத்து அச்சு ஊடகங்களிலும், காட்சி ஊடகங்களிலும் வரும் விளம்பரங்களில் காண முடியும்.

மோடியின் தலைமையிலான பாஜக அரசு ஆர்.எஸ்.எஸ். மற்றும் பெரும் கார்ப்பரேட்டுகளின் நிகழ்ச்சிநிரலை அமல்படுத்த உழைத்துக் கொண்டிருக்கிறது. தொடர்ச்சியான போராட்டங்களின் மூலம் தாம் பெற்ற அனைத்தையும் இழக்கக் கூடிய பெரும் ஆபத்தில் பெண்கள் இருக்கிறார்கள்.

அனைத்து ஜனநாயக விதிமுறைகளையும், நிறுவனங்களையும் திமிருடன் மீறும் மோடி அரசின் கடைசித் தாக்குதல் கறுப்புப் பணத்துக்குஎதிரானது என்ற வெறும்வாய்வீச்சால் அரங்கேற்றப்பட்டது. அது நமது மக்களின் வாழ்க்கை, பிழைப்பு மீது குரூரமான, இரக்கமற்ற தாக்குதல். அது பணமதிப்பிழப்பு என்ற பெயரில் அரங்கேறியது. [31] அந்தத் தவறான நடவடிக்கை இந்தியா முழுவதிலும் ஏழைகளின் வாழ்க்கையைக் கிழித்தெறிந்து சுதந்திரமடைந்த இல்லாத வகையில் பெருமளவு அசமத்துவத்தைக் கொண்டு வந்தது. உண்மையிலேயே,

---

31. ஜயதிகோஷ், சி.பி.சந்திரசேகர், பிரபாத் பட்நாயக், பண மதிப்பிழப்பு ரகசியம் வெளிப்படுத்தல். இந்தியப் பணசோதனைகள் மீது ஒரு விமர்சனம், புதுதில்லி: ரூட்லெட்ஜ் இந்தியா, 2017.

எனது வாழ்க்கையிலேயே இந்த அளவுக்குப் பேரழிவாக வேறெதுவும் நிகழ்ந்ததில்லை. இவை அனைத்துக்கும் இட்டுச் சென்ற 1991இல் அறிமுகம் செய்யப்பட்ட புதிய பொருளாதாரக் கொள்கைகளையோ அல்லது 1975இல் கொண்டு வரப்பட்ட நெருக்கடி நிலையையோ நான் மறக்கவில்லை. பணமதிப்பிழத்தலின் தாக்கம் அதிகமாகப் பெண்களிடம்தான் வெளிப்பட்டது என்பதை நாம் மறந்து விடக்கூடாது. ஏனென்றால் குடும்பத்தின் வரவு செலவு பாதிக்கப்படும்போது கடுமையான பாதிக்கப்படும் பகுதியாக அவர்கள்தான் இருக்கிறார்கள். வங்கிகள் முன்பாக நின்ற நீண்ட வரிசைகளில் கூடப் பெண்கள்தான் பெரும்பான்மையாக இருந்தார்கள். இந்த வரலாற்றுத் தவறின் முதல் மரணமும் ஒரு பெண்ணுக்குத்தான் நேர்ந்தது – உத்தரபிரதேசத்தின் கோரக்பூரைச் சேர்ந்த 40 வயதான சலவைத் தொழிலாளி பெண்மணி, தீர்த்தராஜி. அவர் பணமதிப்பிழப்புக் கொள்கையைக் கேட்டவுடனேயே அதிர்ச்சியில் இறந்து போனார். நாடு முழுதும் கோபம் பரவிக் கிடந்தது, குறிப்பாகப் பெண்களிடம் இருந்தது. அதை ஒரு அரசியல் செயல்பாடாக நாம் மாற்ற வேண்டிய நேரம் இதுதான்.

நாம் மத்திய பிரதேசத்தின் தலைநகரான போபாலில் கூடியுள்ளோம். இது ஆர்.எஸ்.எஸ்.சின் தலைநகரான நாக்பூரிலிருந்து அதிக தூரமில்லை. பாஜகவின் தலைமையில் இருக்கும் இந்த மாநிலம் ஆர்.எஸ்.எஸ். உருவாக்கிய தொடர்ச்சியான தாக்குதல்களால் பாதிக்கப்பட்டுள்ளது என்பது தெளிவு. நாட்டின் பப்ளிக் சர்வீஸ் கமிஷனில் ஏற்பட்ட பெரும் ஊழல் வழக்கான வியாபத்தில், 3,000 வழக்குகள் பதியப்பட்டதும் 1880 பேருக்கு மேல் கைது செய்யப்பட்டதும் நமது மனதில் இன்னமும் பசுமையாகவே இருக்கிறது.[32] வியாபத்துடன் தொடர்புடைய 50 பேர் கொலை செய்யப்பட்டது நாட்டின் மனசாட்சியை உலுக்கிக் கொண்டிருக்கிறது. இந்த வழக்கைச் சுற்றியிருக்கும் மர்மமும், சரியான விசாரணை நடக்காமல் இருப்பதும் இந்த வியாபமானது வேறெங்கோ இருக்கும் மூளைகளால் நடத்தப்படுகிறது என்பதையும், மாநிலத்தில்

32. விவசாயி பரீட்சாமண்டல் அல்லது வியாபம் ஊழல் மேல்மட்ட அரசியல்வாதிகள், அதிகாரிகள், வர்த்தகர்களை மாணவர் சேர்க்கை மற்றும் நியமனத்தில் உள்ளடக்கியது. வியாபம் ஏஜென்சியானது மத்திய பிரதேசத்தில் நுழைவுத் தேர்வுகளை நடத்திய ஒரு தன்னாட்சி பெற்ற அமைப்பு. இந்தத் தேர்வுகளில் அதிக மதிப்பெண் பெற தகுதியற்ற மாணவர்கள் அரசியல்வாதிகளுக்கும், அதிகாரிகளுக்கும் லஞ்சம் கொடுத்தது கண்டுபிடிக்கப்பட்டது. இந்த ஊழல் 2013இல் இந்தோர் போலீஸ் புலனாய்வில் தெரியவந்தது. குற்றச்சாட்டுகள் மத்தியப்பிரதேசத்தின் முதல்வரும், தலைவருமான சிவராஜ்சிங்சவுகானிடம் இட்டுச்சென்றதாக குற்றச்சாட்டு எழுந்தது. சுனில்கடாடே, 'வியாபம் ஊழலில் ஏன் சிவராஜ்சவுகான்மீது நடவடிக்கை எடுக்கப்படவில்லை?', 2017, பிப்ரவரி 16, திவயர்.

ஆழமான ஆதிக்கம் பெற்றவர்களாலும்தான் நடத்தப்படுகிறது என்பதையும் காட்டுகிறது. அம்பலப்படுத்துபவர்கள் (அல்லது) எச்சரிக்கை எழுப்புபவர்கள் தமது உயிரையும் மதிக்காமல் குறுக்கிட்டிராவிட்டால், இது தெரியாமலே போன ஊழலாகி இருக்கும். வியாபம் போன்ற ஊழல்களின் பின்னால் இருக்கும் நிகழ்ச்சிநிரல் நம் அனைவருக்கும் தெளிவாகவே தெரிகிறது. அதிகாரிகளாக சங் பரிவாரத்துக்குக் கட்டுப்படுபவர்களை நியமிப்பதன் மூலம் சங் பரிவாரத்தின் நிகழ்ச்சிநிரலை முன்னெடுத்துச் செல்லும் ஒரு அரசு இயந்திரத்தைக்கட்டமைக்கிறது. அந்த நிரல் நாம் இதுவரை அவர்களது வரலாற்றில் கண்டபடி தெளிவாகவே பெண்களுக்கும், தலித்துக்களுக்கும் சிறுபான்மையினருக்கும் விரோதமாகவே இருக்கும். நமது நாட்டின் மதச்சார்பற்ற வண்ணத்தை மாற்ற நடைபெறும் இந்த திசைமாற்றும் முயற்சிகளைத் நாம் தடுக்க வேண்டும்.

நாட்டின் பல மூலைகளிலிருந்தும் போலீஸ் என்கவுண்டர்கள் பற்றிய கதைகள் வந்தாலும், பாஜக ஆளும் மாநிலங்கள் என்கவுண்டர்களுக்குப் பெயர் போனவை. போபாலில் சமீபத்தில் நடைபெற்ற ரத்தத்தை உறையச் செய்யும் ஒரு போலி என்கவுண்டரில் விசாரணைக் கைதிகளான *8* முஸ்லிம்கள் கொல்லப்பட்ட ஒரு சம்பவம் பற்றிய செய்தி கிடைத்துள்ளது.[33] அவர்கள் சிறையிலிருந்து தப்பியதாகக் கூறப்படும் கதைகள் நீண்ட காலமாக நிராகரிக்கப்படுகின்றன. *2,650* பேர் மட்டுமே அடைக்கக் கூடிய ஒரு சிறையில் *3,400* கைதிகள் இருக்கும் நிலையில் *8* பேர் மட்டும் யாரின் கண்ணிலும் படாமல் தப்பினர் என்பது மிகுந்த திகைப்பை உண்டாக்குகிறது. கண்காணிப்புக் காமிராக்களும், தேடுதல் விளக்குகளும் ஒரே நேரத்தில் செயலிழந்தன என்பதும் மர்மமாக உள்ளது. வெறும் கம்புகளைப் பயன்படுத்தி அவர்கள் எப்படி *32* அடி உயரச் சுவரைத் தாண்டினர் என்ற கேள்விக்கு பதிலே இல்லை. 'விளையாட்டு முடிந்து விட்டது, *8* பேரும் இறந்து விட்டனர்' என்ற ஒலிப் பதிவும், 'அவர்கள் எவ்வளவு காலம்தான் விசாரணைக் கைதிகளாகவே இருப்பார்கள்" என்ற மத்திய பிரதேச முதல்வர் சிவராஜ்சிங்கின் அறிக்கையும், இந்தச் சம்பவம் முன்கூட்டியே திட்டமிடப்பட்டு, போலியாக அரங்கேற்றப்பட்டது என்பதைக் காட்டுகின்றன.

---

33. அக்ஷய்தேஷ்மானே, 'வெற்று வெற்றிக் கோஷங்கள்', ஃப்ரண்ட்லைன், நவம்பர் 25, 2016.

குறிப்பாக, சிறுபான்மையினருக்கு எதிரான போலி என்கவுண்டர்கள் பாஜக ஆளும் மாநிலங்களில் தொடர்கதையாகி விட்டன. மோடி குஜராத்தின் முதல்வராக இருந்தபோது, சொராபுதின் ஷேக், இஸ்ரத் ஜஹான் போன்றோரின் போலி என்கவுண்டர்கள் தூரத்து நினைவுகளல்ல.[34] இந்த வகையான மனித உரிமை மீறல்கள் ஆர்.எஸ்.எஸ்.மாதிரி தேசியவாதத்துக்கு ஒத்துப் போகின்றவை. அது சிறுபான்மையினரிடையே வேற்று உணர்வை உண்டாக்கி அவர்களை அன்னியப்படுத்துகிறது. 1978ஆம் வருடத்தில் சோசியலிஸ்ட் மதுலிமாயி அந்த ஆண்டில் அலிகாரில் நடைபெற்ற கலவரங்கள் குறித்து பிரதமர் மொரார்ஜி தேசாய்க்கு கடிதம் எழுதினார். ‘உள்ளூர் ஆர்.எஸ்.எஸ்.சின் செயல்பாடுகள், ‘முஸ்லிம் சிறுபான்மையினரின் அனுதாபத்தை ஒட்டுமொத்தமாக அன்னியப்படுத்தி விட்டது’. இப்போது விஷயங்கள் மோசமாகி விட்டது. ஆர்.எஸ்.எஸ்.சின் திரிபு தேசியவாதம் சிறுபான்மையினர் மீது தொடுக்கப்படும் தாக்குதல்களால் உயிர்வாழ்கிறது. நாடு முழுவதும், குறிப்பாக இந்த மாநிலத்தில் ஆர்.எஸ்.எஸ்., பாஜகவின் வகுப்புவாத செயல்பாடுகள், வரும் காலத்தில் நிச்சயமாக மக்களின் கோபாவேசத்தை சந்திக்கும்.

நான் சார்ந்திருக்கும் கேரள மாநிலத்தில், முன்காலத்தில் பெண்களின் மார்புகளுக்கு வரி விதிக்கப்பட்டது (முலக்கரம்). பெண்கள் தமது மார்புகளை மறைக்க அனுமதிக்கப்படவில்லை. அவர்கள் தமது அடிமைத்தனத்தைக் காட்டத் தமது கழுத்தில் கல்லாலான மாலைகளை அணியக் கட்டாயப்படுத்தப்பட்டனர். இந்த ஒடுக்குமுறைகளை வெல்லவும், சமவுரிமையைப் பெறவும், எனது மாநிலத்தின் துணிவுமிக்க பெண்கள் கடும் போராட்டங்களை நடத்த வேண்டியிருந்தது. கேரளத்தில் ஒன்றிணைந்த புத்துயிர்ப்பு இயக்கமும், இடதுசாரி இயக்கமும் ஏராளமான சமூக கட்டுப்பாடுகள், பழக்கங்களையும் கொண்ட பழங்கால அடிமைத்தனத்திலிருந்தும் பெண்கள் விடுதலைக்கு பெரும் பங்களித்தன. உதாரணமாக, பெண்கள் 20ஆம் நூற்றாண்டின் தொடக்கத்தில் கூட தமது வீடுகளின் பின்கட்டிலிருந்து வெளியே வர அனுமதிக்கப்படவில்லை. முகத்திரையின் பின்னால் தம்மை மறைத்துக் கொள்வது அவர்களுக்குக் கட்டாயம். அவர்களை இந்த இருண்ட காலத்திற்கு

34. சொராபுதீன்ஷேக், இஷ்ரத்ஜகான் வழக்குகள் பற்றி அனுபமாகடகம், ‘ஒரு கொலையில் இருந்து தப்பித்தல்’, ஃப்ரண்ட்லைன், 2016, நவம்பர் 25 மற்றும், தீஸ்தா செடல் வாட், அரசியலமைப்புச் சட்டத்தின் போர்வீரர், நினைவுகள், 2017, லெஃப்ட்வர்ட் புக்ஸ், புதுதில்லியைப் பார்க்கவும்.

வெளியே அழைத்து வந்தது. சமூக வாழ்க்கையின் மைய நீரோட்டத்தில் அவர்களை ஏற்றுக்கொள்ள வைப்பதற்கு வழிவகுத்தது சந்தேகமில்லாமல் இடதுசாரிகள்தான். கல்வி, ஆரோக்கியம் போன்ற பகுதிகளில் அவர்களுக்குச் சமமான வாய்ப்பை உருவாக்கியது கேரளத்தில் அடுத்தடுத்து அமைந்த இடதுசாரி அரசுகளின் குறுக்கீடுதான். பாரம்பரியத் தொழிலும் சுயவுதவிக் குழுக்களிலும் பெண்களின் வெற்றிக் கதைகள் உலகிற்கு ஊக்கமளிப்பவையாகி விட்டன. இப்போது அமல்படுத்தப்படும் லைஃப் திட்டத்தின் ஒரு பகுதியாக கொடுக்கப்படும் நிலத்தையும், வீட்டையும் ஒவ்வொரு குடும்பத்தில் பெண்ணின் பெயரில் பதிவதற்கான முயற்சியையும் நாங்கள் எடுத்து வருகிறோம். மாணவர்களுக்கு பள்ளிச் சீருடைகள் அளிக்க நாங்கள் உறுதி அளித்திருக்கும் அதே வேளையில், பெருமளவில் பெண்களே பணிபுரியும் கைத்தறித் துறைக்கு நாங்கள் ஊக்கமளித்து வருகிறோம். மூடிக்கிடந்த முந்திரித் தொழிற்சாலைகளை நாங்கள் திறந்தபோது, அதில் பெருமளவில் பணிபுரிந்த பெண்களுக்கு அது சாதகமாக அமைந்தது. நாங்கள் பெண்களின் பாதுகாப்பிலும் உறுதியாக உள்ளோம். எனவேதான் பிங்க் போலீஸ் ரோந்துப்பணியை தொடங்கியுள்ளதுடன், பெண்கள் எந்த பயமுமின்றி போலீஸ் உதவியை நாடும் வகையில் காவல் நிலையங்களில் பெண்களை நிலைய அதிகாரிகளாக நியமிக்கத் தொடங்கியுள்ளோம்.

இந்தியாவில் பெண்கள் என்ற முறையிலும், குடிமக்கள் என்ற முறையிலும், தொழிலாளர் என்ற முறையிலும் மூன்று வகையான சுரண்டலைப் பெண்கள் எதிர்கொள்கின்றனர். நமது நாட்டின் வலதுசாரி வகுப்புவாத சக்திகளுடன் கைகோர்த்திருக்கும் புதிய தாராளமய சக்திகளின் தாக்குதலைத் தடுத்து வெற்றி கொள்ள பெரும் ஒற்றுமையையும், பெரும் கூட்டணிகளையும் உருவாக்கவுமான நேரம் வந்துள்ளது. பெண் தோழர்கள் என்ற முறையில், மாணவர்களுடனும், இளைஞர்களுடனும், தொழிலாளர்களுடனும், விவசாயிகளுடனும், தலித்துக்களுடனும், கூலித் தொழிலாளர்களுடனும், பழங்குடியினருடனும், மதச் சிறுபான்மையினருடனும், பாலினச் சிறுபான்மையினருடனும் இணைந்து அவர்கள் பகுதியில் இருக்கும் பெண் தோழர்களைத் திரட்ட வேண்டும். நாம் மனதில் வைத்துக் கொள்ளவேண்டிய விஷயம் என்னவென்றால் சமூகத்தின் ஒட்டுமொத்த விடுதலைக்குப் பெண்களின் விடுதலை அத்தியாவசியமாகும்.

இந்தப் பின்னணியில்தான் இந்த மாநாட்டின் முழக்கங்களான ‘உரிமைகளுக்காக எழுச்சி பெற்றுப் போராடுங்கள்: பெண்களை ஒன்று

படுத்துங்கள் ஜனநாயகத்தைப் பாதுகாப்போம்' என்பவை முக்கியத்துவம் பெறுகின்றன. முதலாளித்துவ, ஏகாதிபத்திய சக்திகளின் அழுத்தத்தில் அமலாக்கப்படும் புதிய தாராளமயக் கொள்கைகளின் தாக்குதலைத் தடுத்துப் போராடுவதிலும், பாசிச வகுப்புவாத சக்திகளால் சீரான இடைவெளிகளில் நடத்தப்படும் வகுப்புவாதக் கலவரங்களினால் ஏற்படும் கொடிய இனப்படுகொலைகளைத் தடுத்துப் போராடுவதிலும் பெண்களுக்குப் பெரும் பங்கு உள்ளது. நமது நாட்டை துண்டாடுவதிலும் வகுப்பு ஒற்றுமையைக் குலைப்பதிலும், நமது அரசியலமைப்புச் சட்டத்தின் மதச்சார்பற்ற தன்மையைக் குலைப்பதிலும் உறுதியாக இருக்கும் அனைத்து பிற்போக்கு சக்திகளையும் எதிர்த்துப் போராட விரிவான உத்தியை அகில இந்திய ஜனநாயக மாதர் சங்கம் வகுக்கும் என்பதில் நான் உறுதியாக உள்ளேன். எனது சார்பிலும், கேரள மக்களின் சார்பிலும் ஜனநாயக மாதர் சங்கத்தின் மாநாட்டுக்கு வாழ்த்துக்களைக் கூற இந்த வாய்ப்பை எடுத்துக் கொள்கிறேன். இந்த மாநாடு நிச்சயமாக ஒரு பெரும் வரலாற்று முக்கியத்துவமுடையதாக இருக்கும். மீண்டும் உங்கள் அனைவருக்கும் புரட்சிகர வாழ்த்துகளை உரித்தாக்குகிறேன்.

புதிய தாராளமயத்துக்கும், வகுப்புவாதத்துக்கும் மாற்றாக செம்பதாகையை உயர்த்திப் பிடிப்போம்!

மகாஜன பாதயாத்திரையின் முடிவாக தெலிங்கானா சமாஜிக சன்க்ஷேமா சமர சம்மேளனத்தில் கூடியிருக்கும் எனது தோழர்கள் அனைவருக்கும் புரட்சிகர வாழ்த்துக்கள்.[35] இந்தச் சவாலான பணியை வெற்றிகரமாக எடுத்துக் கொண்டதற்காக தெலிங்கானா சிபிஐ(எம்) மாநிலக் குழுவின் செயலாளர் தோழர்.தம்மினேனி வீரபத்திரத்துக்கு சிறப்பு வாழ்த்துக்கள்.

நூற்று ஐம்பது நாட்களுக்கு முன் இப்ராஹிம் பட்னத்தில் டாக்டர் பி.ஆர். அம்பேத்கரின் பேரன் பிரகாஷ் அம்பேத்கரால் தொடங்கி வைக்கப்பட்ட பிறகு பாதயாத்திரை 4000 கிலோமீட்டர்களைக் கடந்து வந்துள்ளது. தெலுங்கானாவின் பொது மக்களின் வாழ்க்கைக்குத் தொடர்புடைய பல்வேறு விஷயங்களில் அவர்களது கருத்துகளை அது திரட்டியது. இந்த நாட்களில் ஹெலிகாப்டர் பயணங்கள், கார், பைக் பேரணிகள் நடத்துவது நவநாகரிகமாகி விட்டபோது, சிபிஐ(எம்) எவ்வாறு களத்தில் உள்ள மக்களுக்கும், அவர்களது நம்பிக்கைகளுக்கும், அவர்களது அபிலாஷைகளுக்கும் கடப்பாடு கொண்டது என்பதற்கு உதாரணமாக உள்ளது.

மகாஜன பாதயாத்திரையை மறிக்க வேண்டும் என விடுக்கப்பட்ட அழைப்பே நாம் சரியான பாதையில்தான் செல்கிறோமென்பதற்குப் போதுமான நிரூபணமாகும். மக்கள் இயக்கங்களைத் தடுக்க இத்தகைய ஜனநாயக விரோத அழைப்புக்களை விடுப்பதற்கு பதிலாக, மாநிலத்தின் வளர்ச்சிக்கான மாற்றுத் திட்டம் அமலாக்கப்பட வேண்டும், அல்லது தெலுங்கானா சிபிஐ(எம்)மின் முன்மொழிவுகள் எடுத்துக் கொள்ளப்பட வேண்டும். மகாஜன பாதயாத்திரையை அன்புடனும், விரிந்த கரங்களுடனும் வரவேற்ற தெலிங்கானாவின் துணிவுமிக்க மக்களை நான் வணங்குகிறேன். அற்ப அரசியல் வாதங்களை வைத்துக் கொண்டு இந்தப் பாதயாத்திரையைத் தடுக்க நடந்த முயற்சிகளை, முற்போக்கு சக்திகள் முறியடித்ததிலிருந்து இந்தப் பாதயாத்திரைக்குக் கிடைத்த முன்னெப்போதும் இல்லாத ஆதரவு தெரிகிறது. பாஜக சட்டமன்ற உறுப்பினரின் விஷம் தோய்ந்த கருத்துகளுக்குள் நான்

---

35. 2017, மார்ச் 19 அன்று ஐதராபாத்தில் மகாஜன பாதயாத்திரையின் முடிவில் ஆற்றிய உரை.

செல்ல வேண்டிய அவசியமில்லை. இந்தக் கருத்தரங்கம் மகாஜன பாதயாத்திரையின் உண்மையான நோக்கங்களில் நின்று மாநிலத்தில் மாற்றுக் கொள்கைகளுக்குக் களத்தை வழங்குமென்பதிலும், சமூக நீதிக்கான செயல்பாட்டுக்கும், ஒட்டுமொத்த வளர்ச்சிக்கும் தெலுங்கானா மக்கள் சந்திக்கும் பிரச்சனைகளுக்குத் தீர்வு காண்பதிலும் ஒரு மாற்றுத் திட்டத்தை விவாதிக்கும் என்பதிலும் நான் நிச்சயமாக உள்ளேன்.

யாத்திரையின்போது திரட்டப்பட்ட மக்களின் கருத்துகளிலிருந்து பாதயாத்திரையின் போது எழுப்பப்பட்ட முழக்கமான 'நாங்கள் இருக்கும் அளவிற்கு எங்கள் பங்கும் உள்ளது' என்பதுதான் மாநிலத்திலுள்ள பிரச்சனைகளுக்கு உண்மையான தீர்வு என்பது தெரிகிறது. இந்த மாநிலத்தின் நலிந்த பிரிவு மக்களுக்குப் பல உறுதிமொழிகள் கொடுக்கப்பட்டன, ஆனால் அவை எதுவும் நிறைவேற்றப்படவில்லை. மாநிலத்தின் 93 சதவிகித மக்கள் பட்டியலின சாதிகள், பட்டியலினப் பழங்குடிகள், பிற்பட்ட வகுப்பினர், மிகவும் பிற்பட்ட வகுப்பினர், சிறுபான்மையினர் என்ற வகையில் இருக்கும் பொழுது, இவ்வாறு இழப்புக்குண்டான பகுதிகளுக்கு துணை திட்டங்கள் மூலம் நிதி ஒதுக்கீடு செய்வதுதான் தெலிங்கானா மாநிலத்தின் வளர்ச்சிக்கு வழி வகுக்கும். வளர்ச்சித் திட்டம் என்று அழைக்கப்படுவதிலிருந்து அவர்கள் வெகு தொலைவில் இருக்கிறார்கள் என்பது தேசிய சராசரியிலிருந்து மிகவும் குறைவாக இருக்கும் மாநிலத்தின் சுகாதார, கல்வி புள்ளிகளிலிருந்து தெரியும். சமூக நீதியானது பொருளாதார, சமூக, கலாச்சார, அரசியல் சமத்துவத்திலிருந்துதான் கிடைக்கும் என்பதை நான் உறுதியாகக் கூற விரும்புகிறேன். இதை அடைய சிபிஐ(எம்) வெளியிட்டிருக்கும் மாற்றுத் திட்டத்தில் கூறப்பட்டிருப்பதுபோல் அரசாங்கக் கொள்கைகளில் ஒரு தீவிர மாற்றம் தேவைப்படுகிறது.

1940களின் பிற்பகுதியில் தெலிங்கானாவின் விவசாயிகள் நடத்திய வீரமிக்க போராட்டத்தை நான் நினைவுகூர விரும்புகிறேன். அது நாட்டின் நிகழ்ச்சி நிரலில் நிலச்சீர்திருத்தத்தை வைத்தது. இந்த உணர்வுதான் ஒரு புதிய இந்தியாவைக் கட்டுவதற்கான மக்களின் வலிமை மிக்க போராட்டங்கள் நடத்தப்பட வேண்டும். தெலுங்கான ஒன்றுபட்ட ஆந்திர பிரதேசத்தின் பகுதியாக இருந்த போது இந்தப் பகுதியின் சமூக அரசியல், பொருளாதார விலக்கலை எதிர்த்த இயக்கங்களின் மீது பயணித்துதான் இன்றைய தெலுங்கானா உருவாகியுள்ளது என்பதை நாம் மறந்து விடக் கூடாது. மக்களைத்

திரட்டி அவர்களது உணர்வுகளை எழுப்பிய இந்தக் கோஷங்கள் இயல்பாகவே இந்த விலக்கலிலேயே கவனம் செலுத்தின; பொருளாதார வளர்ச்சியால் பலனடைவதிலிருந்து பகுதிகளும், வர்க்கங்களும் விலக்கப்பட்டன. இது மக்களை தொடர்ச்சியான வரலாற்று சிறப்புமிக்க எதிர்ப்பியக்கங்களில் பங்கு பெற ஊக்குவித்தது. தெலுங்கானா ஒரு தனி மாநிலமாக உருவானது கூட சமூக நீதியின் நோக்கங்களை அடைய உதவவில்லை. தமது வருமானத்துக்குத் தொடர்பில்லாமல் ஏராளமான சொத்துக்களைக் குவித்த சில அரசியல் தலைவர்கள்தான் இதில் பலனடைந்துள்ளனர். அதனால்தான் தெலுங்கானா சிபிஐஎம் இந்த வரலாற்றுச் சிறப்புமிக்க பாதயாத்திரையில் இறங்கியது. தங்களது நீதிக்காகப் போராடுவார்கள் என்று தெலுங்கானா மக்கள் நினைத்தவர்கள் தமது நலனில்தான் அக்கறை கொண்டுள்ளனர் என்பது பாதயாத்திரையில் வெளிப்படுத்தப்பட்டது. நாடு முழுவதும் மக்களின் பல்வேறு பிரிவினருக்கும், பிரதேசங்களுக்கும் இடையில் பெரும் இடைவெளியை உருவாக்கிய அதே உலகமய, தாராளமயக் கொள்கைகளைத்தான் அவர்கள் அமல்படுத்துகின்றனர். மாற்றுக் கொள்கைகளை முன்னெடுப்பதற்கு பதில், சிபிஐஎம் போல் அனைவரையும் உள்ளடக்கிய வளர்ச்சிக் கொள்கைகளை வலியுறுத்துபவர்களை அவர்கள் தெலுங்கானாவுக்கு எதிரானவர்கள் என்று முத்திரையிடுகின்றனர்.

தெலுங்கானாவில் அனைத்துத் தரப்பு மக்களும் தற்போதைய அரசின் கீழ் நீதி கேட்டுப் போராடிக் கொண்டிருக்கும்போது, மத்திய அரசு கடைப்பிடித்து வரும் மக்கள் விரோதக் கொள்கைகளால் இரட்டிப்பு நீதி மறுக்கப்படுகின்றனர். பாஜக அரசின் மக்கள் விரோத, கார்ப்பரேட் ஆதரவுக் கொள்கைகளை நாம் மீண்டும் மீண்டும் கண்டுள்ளோம். பணமதிப்பிழப்பு முற்றிலும் சிந்தனையற்ற செயல். கடந்த 115 ஆண்டுகளில் இல்லாத அளவுக்கு தென்னிந்திய மக்கள் கடுமையான வறட்சியை சந்தித்து வருகின்றனர். இந்த வறட்சியை இயற்கைப் பேரிடர் என்று விளக்க முடியும். ஆனால் பணமதிப்பிழப்பு நடவடிக்கை முற்றிலும் மனிதனால் உருவாக்கப்பட்டது. வங்கிகளிலிருந்து பணம் எடுப்பதற்காக வரிசையில் காத்திருக்கும் போதே நூற்றுக்கு மேற்பட்டோர் உயிரிழந்தனர். பணமதிப்பிழப்பு நடவடிக்கையால் கறுப்புப் பணத்தைத் தடுக்க முடியும், பயங்கரவாதிகளுக்கு நிதியைத் தடுக்க முடியும், கள்ள நோட்டுகளைக் கைப்பற்ற முடியும், ஊழலும், லஞ்சமும் முடிவுக்குக் கொண்டு

வரப்பட முடியும் என்றெல்லாம் மத்திய அரசு கூறினாலும், இதுவரை அது எதையும் அடைய முடியவில்லை. உண்மையில், சமீபத்தில் பெருமளவில் கண்டுபிடிக்கப்பட்ட போலி நோட்டு குஜராத்தில்தான் கண்டுபிடிக்கப்பட்டது. வெறும் 50 நாட்களல்ல, ஐந்து மாதங்கள் கடந்து விட்ட பிறகும், பொருளாதாரம் நொண்டிக் கொண்டுதான் இருக்கிறது. பொய்யான புள்ளி விவரங்களை வைத்துக் கொண்டு கூட மத்திய அரசால் அதிகமான வளர்ச்சி விகிதத்தைக் காட்ட முடியவில்லை.

பணமதிப்பிழப்பால் விவசாயிகளும், தொழிலாளர்களும் மோசமாக பாதிக்கப்பட்டனர். ஏற்கனவே ஐந்து லட்சம் தினக்கூலித் தொழிலாளர்கள் வாழ்க்கையைத் தொலைத்து விட்டனர். விவசாயிகள் குறைந்தபட்ச ஆதரவு விலையில் பாதி விலைக்கு தானியங்களை விற்பதற்கு நிர்ப்பந்திக்கப்பட்டனர். விவசாயிகள் பெற்ற சுமார் ரூ.75,000 கோடி கடனைத் தள்ளுபடி செய்யப் பணமில்லை என்று பாஜக அரசு கூறிக் கொண்டிருக்கும் போதே, கடந்த மூன்றாண்டுகளில் பெரும் முதலாளிகள், கார்ப்பரேட்டுகளின் கடன் சுமார் ரூ.1.12 லட்சம் கோடிகளுக்கு மேல் தள்ளுபடி செய்யப்பட்டுள்ளது. கறுப்புப் பணத்தில் 90 சதவிகிதம் வெளிநாட்டில் இருப்பதும், பயங்கரவாதிகளுக்கு நிதி இணையதளம் மூலமாகக் கிடைப்பதும் ஒப்புக்கொள்ளப்பட்டது. தமது பணத்தைக் கடத்தி வெளிநாட்டு வங்கிகளில் முதலீடு செய்த இந்தியர்களின் ஒரு பட்டியல் இருப்பதாகவும் கூறப்பட்டது. ஆனால், அது பொதுவெளியில் வெளியிடப்படவில்லை. இந்தப் பட்டியிலை வெளியிடுமாறு உச்சநீதிமன்றமே கூறியும், வெளிநாடுகள் அப்பட்டியலை மத்திய அரசிடம் அளித்தும், அதை அரசு வெளியிடவில்லை. மக்களின் பிரதிநிதிகள் இருக்கும் பாராளுமன்றத்தில் கூட அது வெளியிடப்படவில்லை.

தமது கோடீஸ்வர கார்ப்பரேட் நண்பர்களின் நலனைக் காப்பதில் மத்திய அரசு அவ்வளவு ஆர்வமாக இருக்கும் அதே சமயத்தில், அவர்களுக்கு இந்நாட்டின் சாதாரணக் குடிமக்களின் நலன்களின் மேல் எந்த அக்கறையும் இல்லை. கிராமப்புறத்தில் பெரும்பகுதி மக்களுக்கு வேலை அளிக்கும் மகாத்மா காந்தி ஊரக வேலைவாய்ப்புத் திட்டத்தின் கீழ் 100 நாட்கள் வேலை கொடுப்பதை உறுதிப்படுத்துமாறு நீண்ட காலமாக கோரிக்கை உள்ளது. இத்திட்டத்திற்கு நிதியை வெட்டிக் குறைப்பது மத்திய அரசின் குறியீடாகி விட்டது. ஐமுகூ தலைமையிலான மத்திய அரசு வஞ்சகமான முறையில் இத்திட்டத்திற்கான ஒதுக்கீட்டை வெட்டியதானது தொழிலாளர்களுக்குக் கொடுக்க வேண்டிய கூலியில் பெரும்

நிலுவையை உண்டாக்கியது. இப்போது, தற்போதைய தேஜகூ அரசு இந்த வழியில் ஒரு அடி மேலே சென்று இத்திட்டத்தையே ஒழிக்க முயல்கிறது. மிகவும் பிற்பட்ட வளர்ச்சி பெற்ற மாவட்டங்களுக்கு மட்டுமே இத்திட்டத்தைச் சுருக்குவதன் மூலம் அனைத்துக் குடும்பங்களும் வாழ்வாதாரத்தை பெறுவது முடக்கப்பட்டுள்ளது.

அரசியலமைப்புச் சட்டத்தில் வகுக்கப்பட்டுள்ள கூட்டாட்சித் தத்துவங்களை மத்திய அரசு மீண்டும் மீண்டும் மீறியுள்ளது. அருணாசல பிரதேசத்திலும், உத்தரகாண்டிலும் ஜனாதிபதி ஆட்சியைத் திணித்த போது நாம் இந்த அப்பட்டமான மீறல்களைக் கண்டோம். இந்த வாரத்தின் தொடக்கத்தில், கோவா, மணிப்பூரின் ஆளுநர்கள் பாஜகவை இந்த இரு மாநிலங்களிலும் அரசு அமைக்க அழைப்பு விடுக்குமாறு செய்ய வைக்கப்பட்ட போது, ஜனநாயக உரிமைகளுக்கு மதிப்பில்லாமல் போனதைப் பார்த்தோம். மக்களின் ஆதரவு அவர்களுக்கு இல்லையென்பது வெளிப்படையாகத் தெரிந்த போதே, இந்தத் திருகல் வேலை செய்யப்பட்டது. பாஜக தலைமையில் ஆட்சி இல்லாத மாநிலங்களின் பால் மத்திய அரசு மாற்றாந்தாய் மனப்பான்மையைக் கொண்டுள்ளது.[36] கடந்த மூன்று ஆண்டுகளில் அது பல்வேறு வகைகளில் வெளிப்பட்டதை நாம் கண்டுள்ளோம். தென்னிந்தியா சங் பரிவாரத்துக்குக் கடுமையான எதிர்ப்பைக் காட்டியுள்ளது. இப்போது அவர்கள் நமது அமைதியான வாழ்வை சீர்குலைக்கத் தமது அனைத்து வலிமையையும் பயன்படுத்துகிறார்கள்.

கடந்த சில ஆண்டுகளில் குறிப்பாக சிறுபான்மையினர் காவி பயங்கரவாதத்தை சந்திக்கும் நிலையில் உள்ளனர். சமீப காலத்தில் முசாஃபர்நகர், மீரட், அசாம், சஹரன்பூர் ஆகிய இடங்களில் சங் பரிவாரம் உருவாக்கிய கலவரங்களைக் கண்டோம்.[37] அஜ்மீர் குண்டுவெடிப்பு வழக்கில் ஆர்.எஸ்.எஸ். உறுப்பினர்கள் தண்டிக்கப்பட்டுள்ளனர். எனினும் காவிக் கூட்டம் சுதந்திரமாகத் திரிய அனுமதிக்கப்பட்டுள்ளது.[38] அவர்கள் நமது அடுப்படியில் திரியவும்,

---

36. 'குடியரசுத் தலைவர் ஆட்சியைதவறாகப் பயன்படுத்தியது பாஜகவின் விரக்தியை வெளிப்பத்துகிறது', எம்.கே.வேணு, திவயர், 2016, மார்ச் 28.

37. 2013 முசாஃபர் நகர் கலவரங்கள் குறித்த நீதிபதி விஷ்ணு சஹாய் விசாரணை கமிஷன் மீதான விமர்சனப் பார்வைக்கு முகமதுஅலி, 'விசாரணையின் கேந்திரமான தவிர்ப்பு', திஇந்து, 2016, மார்ச் 11 கட்டுரையைப் பார்க்கவும்.

38. ஆர்.எஸ்.எஸ்.சும் அஜ்மீர் குண்டுவெடிப்பு வழக்கும் குறித்து லீனாகிதா ரகுநாத்தின் கட்டுரை, 'தபிலீவர்', காரவான், 2014, பிப்ரவரி இதழையும், லீனாகீதாரகுநாத், 'சுவாமி அசீமானந்தும் மற்ற இந்து தீவிரவாதிகளும் எப்படி மாலேகான் குண்டுவெடிப்பு போன்றவற்றைத் திட்டமிட்டு நிகழ்த்தினார்கள்', 2016, மே 14 கேரவான் இதழ் கட்டுரையையும் பார்க்கவும்.

நாம் உண்ணும் உணவு காரணமாக நம்மை அடித்துக் கொல்லவும் அவர்கள் சுதந்திரம் பெற்றுள்ளனர். பிறகு இந்த வன்முறைகளை அரங்கேற்றுவோர் மீது மூவர்ணக் கொடி போர்த்தப்படுகிறது. கால்நடை விற்போர் கூட, அவர்களது வர்த்தகம் சட்டபூர்வமானது என்றபோதும் தப்ப விடப்படுவதில்லை. ஜார்க்கண்ட்டில் நிகழ்ந்தது நமக்கெல்லாம் பசுமையாக நினைவுள்ளது. அதன் விவரங்களுக்குள் நான் செல்ல வேண்டியதில்லை. போபாலில் சமீபத்தில் 8 முஸ்லிம்கள் விசாரணைக் கைதிகள் ரத்தத்தை உறையச் செய்யும் வகையில் கொல்லப்பட்டது இந்நாட்டை அதன் இதயம் வரை உலுக்கியது.

இப்போது வகுப்புவாதப் பதற்றங்களைத் தூண்டிவிட்டதாகக் குற்ற சாட்டப்பட்டுள்ள யோகி ஆதித்யநாத் உத்தர பிரதேசத்தின் முதலமைச்சராக்கப்பட்டிருப்பதையும் பார்க்கிறோம்.[39] வகுப்புவாத வன்முறைகள், கலவரங்கள், சகிப்பின்மை, வெறுப்பு ஆகியவற்றின் குறியீடாகவே எப்போதும் யோகி ஆதித்யநாத் இருந்துள்ளார். அவர் முன்னெடுத்துச் சென்ற அரசியல் இந்திய அரசியலில் மிச்சம் மீதி இருக்கும் வகுப்பு ஒற்றுமையை சீர்குலைப்பதாகும். அவர்தான் 2007ஆம் வருடம்[40] தொடர்ச்சியான வகுப்பு மோதல்களைத் தூண்டி விட்டவர். அவர் ஷாருக்கானையும் பாகிஸ்தானைக் களமாகக் கொண்ட பயங்கரவாதக் குழுவின் தலைவர் ஹஃபீஸ் சையீதையும் ஒப்பிடும் அளவுக்குச் சென்றார் என்பதை யாரும் மறந்து விட முடியாது. அவர் அமீர் கான் முதல் அன்னை தெரெசா வரை ஏராளமான சமூகக் கலாச்சாரத் தலைவர்கள் மீது சேற்றை வாரி இறைத்தார். மேலும் அவர் சூரிய நமஸ்காரம்[41] செய்ய விரும்பாதவர்களை இங்கிருந்து வெளியேறி பாகிஸ்தானுக்குச் செல்லுமாறும் கூறினார். அயோத்யா விவகாரம் இந்திய அரசியலில் பின்னுக்குச் சென்ற போது கூட, அவர்தான் ஒரு விஷமிக்க வகுப்புவாதப் பிரச்சாரத்தைக் கட்டவிழ்த்து விட்டு பாஜகவின் நிகழ்ச்சி நிரலில் அதை மீண்டும் உச்சத்துக்குக் கொண்டு சென்றார். பிராமணீய இந்துத்துவத்தின் தலைவர் என்ற முறையில்

---

39. சம்பவங்கள் வேகமாகவும், ஆவேசத்துடனும் நிகழ்கின்றன – முதலில் ஜார்க்கண்டில் இரண்டு முஸ்லிம்கள் கொடூரமாகக் கொல்லப்பட்டனர், பிறகு ஒரு வாட்சப் செய்தி கெடுநோக்கம் கொண்ட செய்திகளைப் பரப்பியதால் ஏழு பேர் கொடூரமாகக் கொல்லப்பட்டனர். ஜார்க்கண்டில் கால்நடை வியாபாரிகள் மற்றும் சங்பரிவாரின் பங்கு காரணமாக ஏற்பட்ட வன்முறை குறித்துத் தெளிவுபெற, விஜய்மூர்த்தி, 'முஸ்லிம் கால்நடை மேய்ப்பர்களைத் தூக்கிலிட்ட கும்பலை இந்துதுறவி தூண்டியிருக்கலாம்', இந்துஸ்தான்டைம்ஸ், 2016, மார்ச் 22 கட்டுரையையும், பிருந்தாகாரத், 'லதிகாரிலிருந்து ஒரு கடிதம்', இந்தியன் எக்ஸ்பிரஸ், 2016, ஏப்ரல் 5 ஐயும் காண்க.

40. தீரேந்திரகே.ஜா, 'உத்தரபிரதேச முதல்வராக யோகி ஆதித்யநாத்: அவருக்கெதிரானவழக்குகளில்என்னநடக்கிறது', ஸ்க்ரால், 2017, மார்ச், 21.

41. அபூர்வானந்த், 'கோரக்பூரில் உற்பத்தி செய்யப்பட்ட கலவரம்', தெகல்கா, 2007, பிப்ரவரி, 17.

தலித்துக்கள், பிற்பட்ட பகுதியினர், சிறுபான்மையினர் ஆகியோரை முன்னிறுத்திய அரசியலின்பால் அவர் தொடர்ந்து வெறுப்பையே கொண்டிருந்தார். இத்தகைய கிரிமினல் பின்னணியைக் கொண்ட ஒரு நபரை உத்தரபிரதேசம் என்ற பெரிய மாநிலத்தின் முதல்வராக்கியதன் மூலம், பாஜக தொடர்ந்து வகுப்புவாதக் கலவரங்களை நடத்தியே ஆட்சியைக் கைப்பற்ற முனையும் என்ற ஒரு செய்தியை நாடு முழுதும் பரப்புகிறது. மதச்சார்பின்மை மீதும், ஜனநாயகம் மீதும் வெறுப்புக் கொண்டுள்ள ஒரு கட்சிதான் இத்தகைய ஒரு நபரை முதல்வர் பதவிக்கு உயர்த்த முடியும். ஒருபுறம், சிறுபான்மையினர் இந்தியர்களே அல்ல என்பது போல, அவர்களிடையே தேச உணர்வை விதைக்குமாறு அழைப்பு விடுக்கும் வலதுசாரிகளை அடிக்கடி கண்டு வந்துள்ளோம். மறுபுறம், பாஜக, ஆர்.எஸ்.எஸ். உறுப்பினர்கள் பாகிஸ்தான் உளவு அமைப்புக்கு[42] உளவு பார்த்ததற்காக இந்தியாவில் பிடிபட்டுள்ளனர். உள்ளொன்று வைத்துப் புறமொன்று பேசுவதில் சங் மறுவடிவமாகும்.

ஒருபுறம் சங்கின் ரவுடித்தனத்துக்கு சிறுபான்மையினர் இரையானால், மறுபுறம் தலித்துக்கள் இரையாகின்றனர். நாம் ஹரியானாவில் கண்டது போல, சிறு குழந்தைகள் கூட தப்ப விடப்படவில்லை. எனினும் இந்தக் குழந்தைகளை நாய்களுக்கு ஒப்பிடும் அளவுக்கு ஒரு பாஜக மத்திய அமைச்சர் துணிந்தார்.[43] குஜராத்தில் ஒரு செத்த மாட்டின் தோலை உரித்தார்கள் என்ற குற்றச்சாட்டில் பொதுவெளியில் வைத்து நான்கு தலித் இளைஞர்களை அடிக்கவும் பசுப் பாதுகாவலர்கள் துணிந்தனர். நம் நாடு எங்கு வந்துள்ளது என்பதைப் பாருங்கள். சங்கின் ஆதிக்கம் பரவும் வேளையில், தலித்துக்களின் வாழ்க்கை மிகவும் பரிதாபத்துக்குரியதாகி விட்டது. படித்த தலித் இளைஞர்கள் கூட அவர்களுக்கு இழைக்கப்படும் அநீதியை எதிர்கொள்ள முடியாமல் வேறு வழியின்றித் தற்கொலைக்குத் தள்ளப்படுகின்றனர். நாம் இந்தப் பெரும் சோகத்தை இந்த மாவட்டத்திலேயே ரோகித் வெமுலாவின் மரணத்தில் கண்டோம். ஆனால் அவரைத் தற்கொலைக்குத் தள்ளிய நபரை மத்திய அரசு கௌரவித்தது. சமீபத்தில் முத்து கிருஷ்ணன் விஷயத்தில் இதை தில்லியிலும் ஜே.என்.யு.வில் பார்த்தோம். தலித் உதவித்தொகைக்கான ஒதுக்கீடு மத்திய அரசால் வெட்டிக் குறைக்கப்பட்டு விட்டது.[44] பாகுபாட்டையும், விலக்கலையும் ஆய்வு

---

42. அங்க்சுகாந்த சக்ரபர்த்தி, '"ஐ.எஸ்.ஐ. ஒற்றர்" துருவ்சக் சேனாவை பாஜக ஏற்கமறுப்பது மிகவும் மோசமான நிலையில் இந்துத்துவ வஞ்சகம்', டைலி ஓ, 2017, பிப்ரவரி, 15.
43. தலித் படுகொலைகள்: 'நாய் என்ற கருத்துக்கு வி.கே.சிங்கின் பாதுகாப்புக்கு வரும் பாஜக', இந்தியன் எக்ஸ்பிரஸ், 2015, அக்டோபர் 22
44. சுஜாதாரகுநாத், 'தலித்துக்களுக்கு உதவித் தொகையை தாமதிப்பது கூடப் பாகுபாடே', திஇந்து, 2016, ஜனவரி 24.

செய்யும் நிறுவனங்களுக்கான நிதி கூட திரும்பப் பெறப்பட்டு, அவை மூடப்படுவதற்குத் தள்ளப்படுகின்றன. நமது தலைவர்கள் திறன் வளர்ச்சி குறித்து நிறையப் பேசுகின்றனர். அதைப் பெற முயல்பவர்களுக்கு நிதி உதவி செய்யாமல் திறன்களை வளர்க்க முடியும் என்று அவர்கள் எப்படி நினைக்கின்றனர்?

நமது நாட்டில் கல்வி நிறுவனங்கள் மீதான தாக்குதல் அவற்றுக்கு அளிக்கப்படும் நிதியைக் குறைப்பதோடு மட்டும் நின்று விடவில்லை. நமது கல்வி நிறுவனங்களையும், பாடப்புத்தகங்களையும் திட்டமிட்ட வகையில் காவிமயமாக்குவதுதான் பெரிய விஷயம்.[45] குஜராத்தின் பாடப்புத்தகங்களுக்கு என்ன ஆனது என்பது நமக்குத் தெரியும்.[46] கல்வித் தகுதியையோ, தொழில் திறனையோ எதையுமே பார்க்காமல் பல்வேறு அமைப்புகளில் ஆர்.எஸ்.எஸ். நோக்கத்தின்பால் தமது கடப்பாட்டை பிரகடனம் செய்துள்ளவர்கள் முக்கியமான நிறுவனங்களில் அமர்த்தப்படுகிறார்கள். இந்திய வரலாற்று ஆய்வு நிறுவனத்தின் காவிமயமாக்கலை எதிர்த்து அதன் செயலாளர் ராஜினாமா செய்தார். பூனே, ஐதராபாத், தில்லி, புதுச்சேரி, இமாச்சல பிரதேசம், ஜாதவ்பூர், குஜராத், ராஜஸ்தான், அகமதாபாத் உட்பட பல்வேறு இடங்களில் நமது கல்வி நிறுவனங்களின் மீது வலதுசாரித் தாக்குதலை எதிர்த்து மாணவர்களின் போராட்டத்தை நாம் பார்த்தோம். தேசத்துரோகம்[47] என்று போலியாக உருவாக்கிய குற்றச்சாட்டை மறுத்து எதிர்த்து வீரம் செறிந்த போராட்டம் நடத்திய மாணவர்களுக்கு நான் வீரவணக்கம் செலுத்துகிறேன். அதே நேரத்தில், ஒரு உண்மையான தடுப்புப் போராட்டத்தை அதற்குரிய வல்லமையுடன் கட்ட, மாணவர் இயக்கங்கள் தம்மைச் சுற்றி நடக்கும் விவசாயிகள், தொழிலாளர்களின் போராட்டத்துடன் உயிரோட்டமான தொடர்பைக் கொண்டிருக்க வேண்டும் என்பதை அவர்களுக்கு நினைவூட்டுகிறேன். இத்தகைய நீண்டு நிலைக்கும் தடுப்புப் போராட்டங்களை உருவாக்க நாம் உணர்வுபூர்வ முயற்சிகளை மேற்கொள்வோம்.

நமது சமூகத்தில் ஒட்டு மொத்தத்தில் காவிமயமாக்கலால் பாதிக்கப்பட்டவர்கள் பெண்களாகவே இருப்பர். அவர்களது அரசியல்,

---

45. டானிஷ்ராசா, 'பாடப்புத்தகங்களை காவி மயமாக்குதல்: எங்கு கற்பனைக் கதையும், புராணங்களும் வரலாற்றின் இடத்தை நிரப்புகின்றன', இந்துஸ்தான்டைம்ஸ், 2014, டிசம்பர் 8.

46. ராகி கெயிக்வாட், 'குஜராத் பாடபுத்தகங்கள் சர்ச்சையிலிருந்து தூரத்திலில்லை', திஇந்து, 2014, ஜூலை 30.

47. விகரம்சிங், 'இரண்டு ஆண்டுகள் தாக்குதல்களும் மாணவர்களின் போராட்டமும்'. ஸ்டூடண்ட்ஸ்ட்ரகிள், 2016, ஏப்ரல்.

சமூக, பொருளாதார உரிமைகள் என்று வரும்போது பெண்கள் இந்துத்துவ அடிப்படைவாதத் தத்துவத்துக்குக் கண்ணில் படாமல் போகிறார்கள். அதைத்தான் சங் பரிவாரமும், பாஜகவும் உயர்த்திப் பிடிக்கின்றன. காப் பஞ்சாயத்துக்கள் சட்டத்தைத் தமது கைகளில் எடுத்துக்கொண்டு மனுஸ்மிருதியின் படியும், அதையொத்த குழப்படியான சமூகச் சட்டங்களின் படியும், பாலின, சாதி அடிப்படையிலான தீர்வுகளை வழங்கி நடவடிக்கைகளை எடுத்துப் பெண்களின் விடுதலைக்குக் கடுமையான பாதிப்பை உண்டாக்குகின்றன. கௌரவக் கொலைகளும், பாலியல் வன்கொடுமைகளும் அதிகரித்த பின்னணியில்தான் நிர்பயா நிதி உருவாக்கப்பட்டது. வன்முறையை எதிர்கொண்ட பெண்களுக்கு ஆதரவளிக்கவே இந்த நிதி. ஆனால், போதுமான நிதி ஒதுக்கீடு செய்யப்படவில்லை. பெண்களின் பாதுகாப்பு குறித்து அரசாங்கம் தீவிரமாக இல்லை என்பதை மீண்டும் மீண்டும் அது தனது செயல்பாடுகளால் வெளிப்படுத்திக் கொண்டே இருந்தது. நீதிபதி வர்மா கமிட்டியின் பரிந்துரைகளையும், விசாகா வழக்கில் உச்சநீதிமன்றத்தின் கருத்துகளையும் அமல்படுத்துவதில் அது அலட்சியமாக நடந்து கொள்கிறது என்கிற உண்மையே இதற்குப் போதுமான நிரூபணமாகும். தம்மைத்தாமே இந்தியக் கலாச்சாரத்தின் பாதுகாவலர்களாக கூறிக்கொள்ளும் வலதுசாரி குறுங் குழுக்களான ராம் சேனா, பஜ்ரங் தள் போன்றவற்றின் வளர்ச்சி பெண்களுக்குத் தேர்வு, சுதந்திரம், பாதுகாப்பு ஆகியவற்றிற்கு மேலும் ஆபத்தை உருவாக்கியுள்ளது. *2009*ஆம் ஆண்டு, மங்களூரில் ஒரு மதுபான விடுதியில் கூடியிருந்த பெண்கள் மீது அடிக்கடி தாக்குதல் தொடுத்ததை மறப்பது கடினம்.[48]

அறிவியல் உணர்வையும், பகுத்தறிவுவாதத்தையும் உயர்த்திப் பிடிக்கும் முயற்சிகள் மீது நன்கு சிந்தித்தே தாக்குதல் தொடுக்கப்படுகிறது. வேத காலத்திலேயே விமானங்கள், ஸ்டெம் செல் ஆய்வு, பிளாஸ்டிக் சர்ஜரி போன்றவை இருந்தன என்பது போன்ற புனைவுகளை உண்மைகளாக்கும் முயற்சியில் நாட்டின் மிக உயர்ந்த அலுவலகமே ஈடுபட்டிருக்கும் போது, மக்களின் உணர்வுகள் அத்தகைய கோணங்களில் செல்வது ஒன்றும் ஆச்சரியமல்ல. நரேந்திர தபோல்கர், கோவிந்த பன்சாரே, எம்.எம்.கல்புர்கி ஆகியோரின் படுகொலைகள் இந்நாட்டின் மனசாட்சியின் மீது படிந்த கறைகள்.

---

48. புஷ்ப்ஷர்மா, சஞ்சனா, 'கலவரத்தை வாடகைக்கு எடுக்கவும்: குழப்பத்துக் குப் பணம்', தெகல்கா, 2010, மே 20.

அறிவியல் உணர்வு மற்றும் பகுத்தறிவுவாதம் ஆகிய கொள்கைகளை உயர்த்திப் பிடிப்பதற்கு நாம் கொடுக்கும் விலை அது. தர்க்கம் மற்றும் பகுத்தறிவின் அடிப்படையில் நமது சமூகம் தெளிவாக இருக்க, இடதுசாரி மகிழ்ச்சியுடன் இந்த விலையைக் கொடுக்கும். பேசும் உரிமை கூட ஆபத்துக்குள்ளாகி இருக்கிறது. மங்களூரில் விடுக்கப்பட்ட மிரட்டல்களை அடுத்து நான் போபாலில் ஒரு நிகழ்ச்சியில் கலந்து கொள்வதிலிருந்து தடுக்கப்பட்டேன். நேற்று நமது பொதுச்செயலாளரின் நிகழ்ச்சி கூட நாக்பூர் பல்கலைக்கழகத்தில் சங்கின் கட்டளைப்படி நிறுத்தப்பட்டது. அரசியல் கட்சிகளின் தேசியத் தலைவர்கள் கூட தமது அரசியலை நடத்த சுதந்திரமாக நகர முடியாத காலத்துக்கு நாம் வந்திருக்கிறோம். சங் நம்மை முதன்மை எதிரிகளாகப் பார்க்கும் வேளையில் இதற்குப் பொருள் நாம் சரியான திசையில் சென்று கொண்டிருக்கிறோம் என்பதாகும்.

ஆளும் வர்க்கத்தால் தேசியவாதத்தின் திரிபுக் கருத்துகள் பரப்பப்படும் இக்காலத்தில் அவற்றை அம்பலப்படுத்தும் தேவையும் உள்ளது. தேசியவாதம் பற்றி பெரும் பேச்சுக்களுக்கும், நமது நாட்டை பயங்கரவாதத் தாக்குதல்களிலிருந்து பாதுகாத்திருப்பதாகக் கூறிக் கொண்டிருப்பதற்கும் மாறாக,, நமது நாட்டைப் பாதுகாக்க முடியாமல் நாம் வெறும் பார்வையாளர்களாகவே மட்டும் இருந்த பல உதாரணங்கள் நம்மிடம் உள்ளன. குருதாஸ்பூர், பதான்கோட், பாம்போர், ஊரி, பாராமுல்லா போன்ற இடங்களில் பல தாக்குதல்கள் நடந்த வருந்தத்தக்க நிலைமைகளே உள்ளன. மக்களுக்கு தேசபக்தி நற்சான்றிதழ் வழங்கப்படுகிறது. மக்கள் மிரட்டப்பட்டு, பாகிஸ்தானுக்குச் செல்லுமாறு கூறப்படுகின்றனர். இப்போது பெரிதாக ஊதிக் காட்டப்படும் இந்த தேசியவாதம் வெறும் முரட்டு தேசியவாதமே, உண்மையான தேசபக்தியல்ல என்பதை நாம் உணர வேண்டும்.

அவர்கள் தேசியவாதிகள் என்று கூறிக் கொள்ளும் அதே சமயத்தில் பாஜக பன்னாட்டு கார்ப்பரேட்டுகளுக்கு நமது தொழில்களின் வாசலைத் திறந்து வைத்துள்ளது. தனியார் நிறுவனங்களுக்கு நமது பொதுத்துறை நிறுவனங்களை விற்பதில் அவர்கள் மிகவும் ஆர்வத்துடனுள்ளனர். நமது மிகப்பெரும் தேசியச் சொத்தான ரயில்வே கூட தனியார் மயமாகும் ஆபத்தில் உள்ளது. நாட்டின் பொது வளங்களாக இருக்க வேண்டிய நிலத்தையும், தண்ணீரையும், இயற்கை வளங்களையும் பெரிய கார்ப்பரேட்டுகளிடம் வாரிக் கொடுக்கின்றனர். அவர்கள் நமது பொதுவிநியோக முறையையும் சீரழித்து விட்டனர்.

விரைவில் அது வரலாறாகி விடும். நமது பள்ளிக் குழந்தைகளுக்கு அளிக்கப்படும் நண்பகல் உணவில் கூட பாஜக விளையாடி விட்டது. மருந்துகளுக்கு விதிக்கப்பட்ட விலை உச்சவரம்பை அவர்கள் நீக்கி விட்டதால் இந்தியர்களில் பெரும்பான்மையினருக்கு மருத்துவம் எட்டாக் கனியாகி விட்டது. நமது நாட்டின் பாதுகாப்பைக் கூட ஏகாதிபத்திய சக்திகளுக்கு இசைந்து போகச் செய்ய அவர்கள் திட்டமிடுகின்றனர். அவர்கள் நமது நாட்டின் சுதந்திரப் போரை ஏற்காத ஆர்.எஸ்.எஸ்.சை சேர்ந்தவர்கள், பிரிட்டிஷுக்கு மன்னிப்புக் கடிதம் எழுதியவர்கள், தேசத்தந்தை மகாத்மா காந்தியின் படுகொலையில் பங்கு உள்ளவர்கள் எனும்போது அவர்களிடமிருந்து இதைவிட சிறப்பாக வேறு எதையும் எதிர்பார்க்க முடியாது.

நான் முடிப்பதற்கு முன்னால் பாஜகவும் சங் பரிவாரமும் தோற்கடிக்கப்பட முடியாதவை என்ற புனைவை அவசியம் என நான் நினைக்கிறேன். தற்போதைய சட்டசபைத் தேர்தல் முடிவுகளின் அடிப்படையில், அவர்களை தோற்கடிக்க முடியாது என்ற கருத்தைப் பலரும் கூறி வருகின்றனர். எனினும் நான் அதை உண்மையென நினைக்கவில்லை. தெளிவாகவே தோற்றுவிட்ட நிலையில் கோவாவிலும், மணிப்பூரிலும் எப்படி பாஜக அரசமைப்பதற்கு ஜனநாயக விரோத வழிகளை உபயோகித்தது என்பதை நான் முன்பே கூறினேன். பஞ்சாபில், அவர்கள் வெறும் 3 இடங்களையே வென்று நான்காம் இடத்துக்கு வந்தனர். நாம் உத்தர பிரதேசத்தை உதாரணமாக எடுத்துக்கொள்வோம். 2014இல் பாஜக 42.3 சத வாக்குகளைப் பெற்றிருந்தது. 2017இல் தற்போது நடந்த சட்டசபைத் தேர்தலில் அவர்கள் 41.3 சத வாக்குகளைப் பெற்றுள்ளனர். பாஜக மிகப்பெரும் வெற்றியைப் பெற்று விட்டது என்று கூக்குரலிடுவோர், உ.பியின் 60 சதவிகித மக்கள் பாஜகவுக்கு எதிராக வாக்களித்துள்ளனர் என்பதை வசதியாக மறந்து விடுகின்றனர்.

உபியில் பாஜக வகுப்புவாத வெறுப்பைப் பரப்புவது, ஏராளமான பணத்தைச் செலவிடுவது, மத்திய அரசின் ஒட்டுமொத்த இயந்திரத்தை அங்கு குவிப்பது என்ற உத்திகளின் மூலம் வென்றுள்ளது. பாஜகவுக்கு எதிராக எதிர்க்கட்சிகள் ஒன்றுபடவில்லை என்பதையும் நாம் மறந்து விடக்கூடாது. இந்த வெற்றி நிலைக்கும் என்று நாம் நம்பி விடவும் கூடாது. உதாரணத்துக்கு பீகாரை எடுத்துக்கொள்ளுங்கள். 2014இல் பீகாரில் பாஜக வென்றாலும், அடுத்த ஆண்டே எதிர்க்கட்சிகள் வகுப்புவாதத்துக்கும், பாசிசத்துக்கும் எதிராக ஒன்றுபட்டு நின்றதால், தோற்கடிக்கப்பட்டது. 2014லேயே நாடு முழுவதிலும் பாஜக வெறும்

31 சத வாக்குகளைத்தான் பெற்றது. நாடு முழுவதுமுள்ள 70 சத மக்கள் பாஜகவின் அரசியலை ஏற்கவில்லை என்பதுதான் இதன் பொருள். எனவே, இந்திய மக்கள் ஒன்றுபட்டிருக்கும் பட்சத்தில், வகுப்புவாதத்துக்கு எதிரான போராட்டத்தில் அவர்கள் வெற்றி பெறுவர் என்பது தெளிவு.

வகுப்புவாதத்தை எதிர்த்துப் போராட நாம் யாரை நம்பலாம்? கோவாவில் 40 இடங்களில் காங்கிரஸ் 17ஐ வென்றது, பாஜக வெறும் 13ஐத்தான் வென்றது. மணிப்பூரில் காங்கிரஸ் மொத்தம் 60 இடங்களில் 28ஐ வென்றது, பாஜக வெறும் 21ஐத்தான் வென்றது. ஆனால் இந்த மாநிலங்களில் காங்கிரஸ் ஆட்சி அமைக்க உரிமைகூடக் கோரவில்லை. அதன் பொருள் அவர்கள் தெளிவாக பாஜகவுக்கு உதவுகிறார்கள் என்பதேயாகும். சமீப காலங்களில் காங்கிரஸ் தலைவர்கள் பாஜகவில் சேரும் பல உதாரணங்கள் உள்ளன. கர்நாடகாவில் எஸ்.எம்.கிருஷ்ணா, உ.பி.யில் ரீடா பகுகுணா ஜோஷி, தில்லியில் கிருஷ்ண தீரத், ஹரியானாவில் ராவ் இந்திரஜித் சிங் ஆகியோர் சில எடுத்துக்காட்டுகள். காங்கிரஸ் வகுப்புவாதத்தின்பால் மென்மையான அணுகுமுறையைக் கடைப்பிடித்ததற்கு வரலாற்றில் கூட ஏராளமான சம்பவங்கள் உண்டு. இவ்வாறாக, அவர்கள் தமது அடையாளத்தை இழந்தனர். ஒருகாலத்தில் தம்மை மதச்சார்பின்மையின் பாதுகாவலர்கள் என அழைத்துக் கொண்டவர்கள் இப்போது கணக்கில் எடுத்துக்கொள்ள வேண்டிய ஒரு சக்தியாகக் கூட இல்லை. ஒரு அரசியல் கட்சியாக காங்கிரஸ் இல்லாமலேயே போய் விட்டது. அவர்களுக்கான அரசியல் முடிவுகளை பொதுத் தொடர்பு நிறுவனங்கள் எடுக்கின்றன. கடந்த சில தேர்தல்களில் நாம் அதன் விளைவுகளைப் பார்த்தோம். எனவே, வலதுசாரிக்கு துணைபோகும் இத்தகைய சக்திகளுக்கு எதிராக நாம் எச்சரிக்கையுடன் இருக்க வேண்டும்.

வலதுசாரிகளிடம் மென்மையாக நடந்து கொள்ளும் எந்த அரசியல் கட்சியும், வலதுசாரிகளால் விழுங்கப்படும் எனபதை நமக்கு வரலாறு காட்டியுள்ளது. காங்கிரஸ் தனது சொந்த சவக்குழியை வெட்டிக் கொண்டு விட்டது. இனியும் வகுப்புவாதத்துக்கு எதிராக அது நமக்கு நம்பத்தகுந்த கூட்டாளியாக இருக்காது. எனவே, அனைத்து ஜனநாயக, முற்போக்கு சக்திகளும் ஒன்றிணைய வேண்டிய நேரம் வந்து விட்டது என்பது தெளிவு. அவை பழைய, ஓய்ந்து போன அரசியல் சக்திகளைக் கைவிட்டு விட்டு ஒன்றிணைய வேண்டும். இன்று நமது சமூகத்தில் நிலவும் அநீதி, சமத்துவமின்மை மற்றும் துன்பத்தின் அடித்தளமாக இருக்கும் வகுப்புவாதம், புதிய தாராளமயம் ஆகியவற்றை முறியடிக்க

மக்களின் கூட்டணிகளை உருவாக்க அவை ஒன்றிணைய வேண்டும்.

செம்பதாகைக்கு நாட்டின் அரசியலில் ஒரு தனித்துவமிக்க முக்கியத்துவம் உண்டு. அது நாட்டில் சமூக நீதிக்கும், ஜனநாயகத்துக்கும், மதச்சார்பின்மைக்குமான போராட்டத்தில் முன்னணியில் நின்றுள்ளது. ஒன்றையொன்று விட்டுக் கொடுப்பதன் மூலம் இதில் எதையும் நாம் வெல்ல முடியாது. அதற்கு ஒரு தியாக வரலாறு உண்டு. நாங்கள் கேரளத்தில் அரசியலமைப்புச் சட்டத்தின் வரம்புக்குள் நாங்கள் செய்தது போல் மக்களின் ஒத்துழைப்புடன் சிபிஐ(எம்) வளர்ச்சிக்கான மக்களின் ஒரு மாற்றுத் திட்டத்தை சிபிஐ(எம்) முன்வைக்கும். மக்களின் நலன்களின்பால் வலுவான உறுதிப்பாடு கொள்வது மட்டுமே ஒரு அரசாங்கத்தை அதன் மக்களுக்கு பொருத்தமானதாக ஆக்கும் என்பதை நாங்கள் உணர்கிறோம். எனவேதான் நம்மை வழிநடத்தும் ஒரு இருவழி உத்தியை நாங்கள் உருவாக்கியுள்ளோம். ஒருபுறம், மாநிலத்தின் ஒட்டுமொத்த வளர்ச்சியை அடைய நீண்டகாலத் திட்டங்களை தீவிரமாக முன் எடுத்துச் செல்வோம். மறுபுறம், நமது நலிவடைந்த பகுதிகளுக்கு அவர்களது துன்பத்தில் உதவ குறுகிய கால நிவாரண நடவடிக்கைகளை இடைவிடாமல் எடுத்துச் செல்வோம்.

வளர்ச்சியின் பலன்களைப் பெற முடியாதவர்களின் அவாக்கள் பூர்த்தி செய்யப்படுவதை உறுதி செய்ய, ஒரு 'நவ கேரளத்தை' உருவாக்க நாங்கள் நான்கு திட்டங்களை அமல்படுத்துகிறோம்.

- ஹரித கேரளம் மிஷன் நமது கழிவு மேலாண்மை ஈரநிலங்களையும், விவசாயம் செய்யக்கூடிய நிலங்களையும் மீட்டு விவசாயத்தில் தன்னிறைவை அடைவது ஆகியவற்றை உள்ளடக்கியது.

- லைஃப் மிஷன் மாநிலத்தில் வீடற்றோர் அனைவருக்கும் வீடு கொடுத்து, அவர்களுக்கு வாழ்க்கைக்கான வழியையும் கொடுக்கும்.

- அர்த்ராம் மிஷன் நமது மருத்துவமனைகளை மக்களுக்கு நட்பு பொருந்தியதாக்கி அனைவருக்கும் சுகாதார வசதிகள் கிடைக்கச் செய்யும்.

- மேலும் நாங்கள் எமது பொதுக்கல்வியைப் பாதுகாத்து, எமது பொதுப்பள்ளிகளை சர்வதேசத் தரத்துக்கு உயர்த்தவும், எமது மாணவர்கள் உலகம் முழுவதும் அவர்களை யொத்தவர்களுடன் சரிசமமான திறன்களையும், அறிவையும் பெறவும் ஒரு மிஷனை உருவாக்கியுள்ளோம்.

நமது நாட்டில் வலதுசாரி வகுப்புவாத சக்திகளுடன் கூட்டில் இருக்கும் புதிய தாராளமய சக்திகளின் தாக்குதலைத் தடுத்து வெற்றி கொள்ள, மாணவர்கள், இளைஞர்கள், பெண்கள், தொழிலாளர்கள், விவசாயிகள், கூலித்தொழிலாளர்கள், தலித்துக்கள், பழங்குடியினர், சிறுபான்மையினர் ஆகியோருடன் தோழர்கள் என்ற முறையில் பரந்த ஒற்றுமையுடன் கூட்டணிகளையும் உருவாக்க வேண்டிய நேரம் இப்போது வந்துள்ளது. நாம் மனதில் வைத்துக்கொள்ள வேண்டிய விஷயம் என்னவென்றால், நமது சமூகத்தின் ஒட்டுமொத்த விடுதலைக்கு இந்த ஒவ்வொரு பகுதியினரின் விடுதலையும் முக்கியம் என்பதாகும்.

மீண்டும் உங்களுக்கு எனது வணக்கம், நன்றி.

புதிய தாராளமயக் கொள்கைகளின் கால்நூற்றாண்டு இந்தியாவில் விவசாயத்துக்கு மரண அடியாக அமைந்துள்ளது

விவசாயத் தொழிலாளர் சங்கத்தின் ஆந்திரப்பிரதேச மாநில மாநாட்டில் கூடியிருக்கும் அனைத்துப் பிரதிநிதிகளுக்கும், விருந்தினர்களுக்கும் எனது புரட்சிகர வணக்கங்கள்.[49]

1953இல் ஆந்திரப் பிரதேசம் உருவானபோது அதன் முதல் தலைநகராக இருந்த இந்த வரலாற்று நகரமான கர்னூலில் நாம் இருக்கிறோம். இந்த மாநிலத்தின் முதல் எதிர்க்கட்சித் தலைவராக தோழர் பி.சுந்தரையா இருந்தது நமக்கெல்லாம் பெருமைமிக்க விஷயம். கர்னூல் வகுப்பு ஒற்றுமை மிகுந்த ஒரு இடம். வகுப்புவாதம் வளரும் இந்த சமயத்தில் இதுபோன்ற இடங்கள் நமக்கு நம்பிக்கையூட்டுபவை.

இந்த நாட்டில் விவசாயத் தொழிலாளர்களும், விவசாயிகளும்தான் தொழிலாளர் இயக்கங்களின் முதுகெலும்பாக விளங்குபவர்கள். நாட்டின் 50 சதவீத மக்கள் தமது வாழ்க்கைக்கு விவசாயத்தை நம்பும் ஒரு நாடு நம்முடையது. எனினும் இந்தத் துறையில் வேலை செய்வோரின் துன்பங்கள் நாளுக்கு நாள் அதிகரித்து வருவதை நாம் காண்கிறோம். நமது விவசாயத்துறை அனுபவித்து வரும் விரக்தியின் உண்மையான தன்மையை உணர, விவசாயம் சமாளிக்க முடியாததாகி விட்டதால் கடந்த ஆண்டுகளில் விவசாயத்தை விட்டு விட்டவர்கள், தற்கொலை செய்து கொண்டவர்களின் எண்ணிக்கையைப் பார்த்தாலே போதுமானது.

1991இல், இந்தியா புதியதாராளமயச் சீர்திருத்தங்களுக்குத் திரும்பிய பிறகு, பிரதானமாக பயிர்த்தொழில் செய்யும் பதினைந்து மில்லியன் (ஒன்றரைக்கோடி) விவசாயிகள் விவசாயத்திலிருந்து வெளியேறி விட்டனர். முறையான விவசாயிகளுக்கே இந்த நிலை என்றால், நமது விவசாயத் தொழிலாளர்களின் புரிதல் எவ்வளவு ஆழமானது என்று புரிந்துகொள்ளலாம். 1995லிருந்து ஆண்டுக்கு சராசரியாக ஒன்றரை மணி நேரத்துக்கு ஒருவர் என்ற முறையில், சுமார் மூன்று லட்சத்து

---

49. 2017, ஜூன் 19 அன்று ஆந்திரபிரதேசம், கர்னூலில் நடைபெற்ற அகில இந்திய விவசாயத் தொழிலாளர் சங்க மாநாட்டில் ஆற்றிய உரை.

இருபத்தைந்தாயிரம் விவசாயிகள் தற்கொலை செய்து கொண்டுள்ளனர். 2015இல் கிடைத்துள்ள ஒரு புள்ளிவிவரத்தின்படி, ஒவ்வொரு நாளும் ஐம்பத்து இரண்டு விவசாயிகள் தம் உயிரை மாய்த்துக் கொள்கின்றனர். விவசாயிகளும், விவசாயத் தொழிலாளர்களும் நம் நாட்டில் எந்த அளவுக்கு மோசமான துன்பத்தில் உள்ளனர் என்பதைக் காட்ட இந்தப் புள்ளி விவரங்களே போதுமானவை. இந்த மாநிலத்திலும் விவசாயிகளின் தற்கொலை தொடர்ச்சியாக நடைபெறுகிறது. இந்தத் தற்கொலைகள் இந்தியாவில் விவசாயத்தின் நிதர்சனமான நிலைமையைத் தெளிவாகவே காட்டுகின்றன.

மத்தியில் முதலாளித்துவ, வகுப்புவாத, சர்வாதிகார குணாம்சங்களுடன் கூடிய ஒரு அரசை நாம் கொண்டிருக்கிறோம். ஐமுகூ அரசுக்குப்பிறகு பொறுப்பேற்ற பாஜக தலைமையிலான தேஜகூ அரசு விவசாயத் துறையில் புதிய தாராளமயக் கொள்கைகளை ஒரு புதிய வேகத்துடன் அமல்படுத்துகிறது. அது நமது விவசாயிகளின் வாழ்க்கையை சீரழிக்கிறது.

விவசாயத்துக்கான பட்ஜெட் ஆண்டுக்காண்டு வெட்டிச் சுருக்கப்படுகிறது. விவசாயிகளுக்கு ஆதரவானது என்று கொண்டாடப்படும் பட்ஜெட்டுகள் கூட நமது நாட்டில் விவசாயத்துக்கு மரண அடியைத்தான் கொடுத்துள்ளன. 2014இல் விவசாய வளர்ச்சி 3.7% ஆக இருந்தது என்றால், அது இப்போது 1.1% ஆக வீழ்ச்சி அடைந்து விட்டது. அதன் பொருள் ஐமுகூ ஆட்சியின் மக்கள் விரோத நடவடிக்கைகளுக்கு முடிவு கட்டுவதாகக் கூறிக்கொண்டு வந்த தேஜகூ அரசு இத்தகைய நடவடிக்கைகளை மேலும் முன்னெடுத்துச் செல்கிறது என்பதேயாகும். ஐமுகூ, தேஜகூ ஆகிய இரு அரசுகளுமே ஒரு நாணயத்தின் இருபக்கங்களேயாகும். ஒரே வேறுபாடு இரண்டாவது வெளிப்படையாக வகுப்புவாதமும், தீவிர தேசியவாதமும் பேசுவது என்பதேயாகும்.

ஒருபுறம், விவசாயத்தில் பொது முதலீடு பெருமளவில் குறைக்கப் படும்போது, அது இலாபமற்றதாகி விடுகிறது. அதனால் விவசாய உற்பத்தி குறைந்து வீழ்ச்சியில் விழுந்து விடுகிறது. விவசாய உற்பத்தியில் தன்னிறைவு அடைவது என்பதே மத்திய அரசின் மிகவும் தீவிரமான கவலையாக இருக்க வேண்டும். மறுபுறம் அரசு விவசாயத்திலிருந்து முதலீடுகளைத் திரும்பப் பெறுவதானது விவசாயிகளையும், விவசாயத் தொழிலாளர்களையும் தனியார் லேவாதேவிக்காரர்களிடம் தள்ளிவிட்டு, கழுத்தை அறுக்கும் அந்த

வர்த்தகர்களின் காலடியில் தள்ளி விடுகிறது. விதைகளுக்குக் கூடப் பல பன்னாட்டுக் கார்ப்பரேட்டுகள் உரிமம் பெற்று விடுகின்றனர். விதைகளைப் பெற பெருமளவு நிதி தேவைப்படும் நிலையில், விவசாயத்தைத் தொடங்கும் முதல் செலவு கூட விண்ணைத் தொட்டு விடுகிறது. இதன் விளைவு, கிராமப்புறத்தில் விவசாயத்தில் ஈடுபட்டிருக்கும் 60% பேர் கடன் வலையில் விழுந்து விட்டனர். விலைக் கட்டுப்பாடுகள் மறைந்துவிட்ட நிலையில் இறக்குமதி வரிகள் முட்டாள்தனமான அளவுக்குக் குறைக்கப்பட்டு விட்டன.

விவசாயத்தில் ஆசியான், விவசாயத்தில் இந்தியக் கூட்டுறவு போன்ற ஒப்பந்தங்கள் அமலாவதால், மானியங்கள் ஆதரவு பெற்ற வெளிநாட்டு விவசாயிகளுடன் நமது விவசாயிகள் போட்டி போட வேண்டியுள்ளது. முன்பு உரங்கள், பூச்சிக் கொல்லிகள், விதைகள் போன்றவற்றுக்குக் கிடைத்து வந்த மானியங்கள் இந்த ஒப்பந்தங்களால் கிடைக்கவில்லை. இங்கு உற்பத்தி செய்யப்படும் அதே வகை விவசாயப் பொருட்கள் எந்தக் கட்டுப்பாடுகளுமின்றி இறக்குமதி செய்யப்படுகின்றன. உள்நாட்டு விவசாயம் அழிக்கப்பட்டு நமது நாட்டுச்சந்தைகளை இறக்குமதி செய்யப்பட்ட விவசாயப் பொருட்கள் நிரப்புகின்றன. கடந்து செல்லும் ஒவ்வொரு நாளிலும், விவசாயம் கட்டுப்படியாகாததாகி வருகிறது. அதே சமயம், போதுமான உள்நாட்டு உற்பத்தி இல்லாததால், நாட்டின் பல பகுதிகளில் கடுமையான விலை உயர்வு ஏற்பட்டு வருகிறது. அது விவசாயத்தைத் தொடங்குவதற்கான முதன்மைச் செலவை அதிகரிப்பது மட்டுமல்ல, உணவின் விலையிலும் கடுமையான விலையேற்றத்தை ஏற்படுத்துகிறது. பல சமயங்களில், உணவு விலையில் கடுமையான ஏற்றம் குறைவான உணவு நுகர்வுக்கும், சத்துணவுக் குறைபாட்டுக்கும் இட்டுச் செல்கிறது. இந்தப் பொருளாதாரக் கஷ்டங்களைத் தவிர, இது விவசாயத்தில் ஈடுபட்டிருப்போரின் உடல்நிலையைப் பாதித்து அதைத் தொடர்ந்து செய்ய விடாமல் செய்கிறது. ஒப்பந்த விவசாயத்தில் ஈடுபட்டிருப்போரால் தமது சொந்த நுகர்வுக்கான உணவு தானியங்களைக்கூட சேமிக்க முடியவில்லை. இதற்கு மேல் லேவாதேவிக்காரர்களின் மிரட்டல் வருகிறது. சுருக்கமாக, கடுமையான உடலுழைப்புத் தேவைப்படும் ஒரு துறையில் அதிகரிக்கும் பொருளாதார அழுத்தம் விவசாயிகளுக்கும், விவசாயத் தொழிலாளர்களுக்கும் அதில் மேலும் தொடர்ந்து இயங்க எதுவும் விட்டு வைப்பதில்லை.. அவர்கள் நமது நாட்டிலேயே இடம் பெயர்ந்து பல்வேறு பகுதிகளுக்குச் செல்கிறார்கள். நமது விவசாயிகள், விவசாயத் தொழிலாளர்களின் நிலைமை அந்த அளவு பரிதாபகரமானது.

நமது நாட்டின் நலன்கள் முதலாளிகளுக்கும், ஏகாதிபத்தியவாதிகளுக்கும் விற்கப்படும் நிலையில் இந்த மாநாடு நடைபெறுகிறது. முதலாளிகள் மற்றும் ஏகாதிபத்தியவாதிகளின் நலன்கள் நமது விவசாயிகள் மற்றும் விவசாயத் தொழிலாளர்களின் நலன்களுக்கு முற்றிலும் முரணானவை. முதலாளித்துவ சக்திகளுக்கு உதவும் புதிய தாராளமயக் கொள்கைகள் கடும் வேகத்தில் அமல்படுத்தப்படுகின்றன. இம்மாதத்தின் தொடக்கத்தில் நமது சகோதரர்கள் சிலர் எப்படிக் கொடூரமாகக் கொல்லப்பட்டனர் என்பதை மத்தியபிரதேசத்தில் கண்டோம்.[50] அவர்கள் கௌரவமாக நடத்தப்படுவதற்காகவும், நியாயமான வருமானத்துக்காகவும் தான் போராடினர். இந்தப் படுகொலைகள் நடந்தும், தேசிய ஊடகங்கள் இதனை ஒரு விவாதமாக மாற்றவில்லை.[51] இது நமது நாட்டின் ஆளும் வர்க்கங்களும், இந்த நாடும் நமது விவசாயம், விவசாயிகள், விவசாயத் தொழிலாளர்களின் பால் கொண்டிருக்கும் ஒட்டுமொத்த அக்கறையின்மையை வெளிப்படுத்துகிறது. சக மனிதர்கள் இறக்கும்போது அமைதி காப்பதானது அவர்களது உயிர்களின்பால் அவர்கள் கொண்டிருக்கும் மரியாதையின்மையைத்தான் காட்டுகிறது. அதே நேரத்தில், நமது தலையீடுகள் மகாராஷ்டிர அரசுக்கு நமது விவசாயிகளும், விவசாயத் தொழிலாளர்களும் உண்மையிலேயே துன்பத்தில்தான் உள்ளனர் என்று புரிய வைத்துள்ளது என்பது மனதுக்கு இதமாக உள்ளது. நமது கோரிக்கைகள் நிறைவேறுவதை உறுதிப்படுத்த நாம் அழுத்தம் கொடுக்க வேண்டும். விவசாயத் தொழிலாளர்கள் இல்லாமல் நாட்டுக்கு உணவு எங்கிருந்து வரும்? நமது கேள்வி நாட்டில் வலுவாகக் கேட்பதை உறுதி செய்ய நமது வீரமிக்க போராட்டங்களைத் தொடர வேண்டும்.[52]

இந்தியா முழுவதும் விவசாயத் தொழிலாளர்கள் அனுபவித்து வந்த உழைப்புச் சுரண்டலுக்கு முடிவு கட்டவே விவசாயத் தொழிலாளர் சங்கம் உருவானது. ஒவ்வொரு நிகழ்வுத் திருப்பத்தின் போதும், சங்கம் சரியான மதிப்பீட்டைச்செய்து, தனது இலட்சியங்களை முன்னெடுத்துச் செல்ல மிகவும் நடைமுறைக்குகந்த நடவடிக்கைகளை எடுத்துள்ளது. நமது போராட்டங்களின் ஒரு பகுதியாக தமது வாழ்க்கையைத் தியாகம் செய்த பல தியாகிகள் உள்ளனர். அந்த ரத்தத்தின் மேல் தான் இந்தச்

---

50. மகேஷ்லங்கா, 'போராடிய விவசாயிகளை போலீஸ் சுட்டது என்பதை ஒப்புகொண்டது மத்திய பிரதேசஅரசு', 2017, இந்து, ஜூன் 8.

51. 'விவசாய நெருக்கடியைப் பதிவு செய்வதற்கு ஊடகம் தவறியது என்கிறார் சாய்நாத்', திஇந்து, 2017, செப்டம்பர் 8.

52. விஜூகிருஷ்ணன், 'ஒன்றிணையும் புள்ளி', ஃப்ரண்ட்லைன், 2017, ஜூலை 7.

சங்கம் கட்டப்பட்டுள்ளது. நான் அவர்களுக்கு எனது வணக்கத்தை செலுத்துகிறேன்.

கம்யூனிஸ்டுகளாகிய நாம் ஆட்சிக்கு வந்தால், விவசாயிகளது நிலத்தை எடுத்துக்கொண்டு அவர்களை நிலமற்றவர்களாக்கி விடுவோமாம். கடந்த காலத்தில், இந்த விஷமிக்க பிரச்சாரம் நமக்கு எதிராகக் கட்டவிழ்த்து விடப்பட்டது: ஆனால், நிதர்சனம் என்ன? நிலச்சீர்திருத்தம் இப்போது அமலானது வரை கம்யூனிஸ்டுகள் தலைமையிலான அரசுகள் ஆட்சியில் இருந்தபோது அந்த மாநிலங்களில்தான் நடந்தது. நிலத்தை உழுது, பயிரிட்ட விவசாயத் தொழிலாளி அந்த நிலத்துக்கு உரிமையாளரானார். அதன் பொருள் கம்யூனிஸ்டுகள் விவசாயத் தொழிலாளர்களின் நலனைப் பாதுகாத்தனர் என்பதேயாகும்.

கம்யூனிஸ்டுகளைப் பற்றி இப்படி அவதூறு பரப்பியவர்கள் இப்போது விவசாயி வைத்திருக்கும் ஒவ்வொரு துண்டு நிலத்தையும் கைப்பற்றி கார்ப்பரேட்டுகளிடம் அளிப்பதில் முனைப்பாக இருக்கிறார்கள். அடுத்தடுத்து வந்த மத்திய அரசுகள் அதற்கான களத்தை அமைத்தன. இந்த மாநிலத்திலும் நிலைமை வேறு மாதிரியாக இல்லை. விவசாய நிலங்கள் விவசாயிகளிடமிருந்து அடிமாட்டு விலைக்குப் பிடுங்கப்படுவதை நாம் அனுபவித்துள்ளோம். உண்மையில், இங்கு பெரும்பாலான விவசாயத் தொழிலாளர்கள் நிலமற்றவர்களாகவும், ஏழைகளாகவும் உள்ளனர்.

1987-88இல், 1.1ஹெக்டேருக்குக் குறைவாக வைத்திருந்தவர்கள் 35% மக்களே என்றால், 2011-12இல் அது 49%ஆகி விட்டது. 2014ஆம் ஆண்டில் அறிமுகப்படுத்தப்பட்ட நிலம் கையகப்படுத்தல் அவசரச்சட்டம் விவசாய நிலங்களை அபகரிப்பதை எளிதாக்கி விட்டது. கம்யூனிஸ்ட் கட்சிகளும், அதன் அமைப்புக்களான விவசாயத் தொழிலாளர் சங்கம், விவசாய சங்கம் போன்றவைகளும்தான் அதற்கெதிராகக் குரலெழுப்பின. நாடு முழுவதும் முந்நூறு இடங்களில் நாம் இந்த அவசரச்சட்டத்தை எரித்தோம்.

இன்று நமக்கு வேண்டியதெல்லாம் இடதுசாரி அரசாங்கங்கள் இருந்த மிகச்சில மாநிலங்களில் செய்தது போல, விவசாயிகளின் நலன்களுக்கு பக்கமாக நிற்கும் மாற்று மாதிரி மைய அளவில் ஏற்பட வேண்டும் என்பதே. அது லேவாதேவிக்காரர்கள், தரகர்களின் ஆதிக்கத்துக்கு முடிவு கட்டும் கொள்கையாக இருக்க வேண்டும்.

விவசாயத்தையும், அதில் ஈடுபட்டிருப்போரையும் பாதுகாத்தால்தான் நாம் இந்தியாவைப் பாதுகாக்க முடியும்.

போதுமான கூலி இல்லாமையும், ஆண்களுக்கும், பெண்களுக்கும் இடையே கூலி வேறுபாடுகளும் நாடு முழுவதும் நிலவி வருகின்றன. விவசாயத் துறையில் குறைந்தபட்சக் கூலி நாடு முழுவதும் ரூ.15,000 ஆக உயர்த்தப்பட வேண்டும். அப்போதுதான் இன்றைய சூழ்நிலையில் ஒரு விவசாயத் தொழிலாளியால் ஒரு கண்ணியமான வாழ்க்கையை வாழ முடியும். நிலமற்றவர்களுக்கும், தவறான வளர்ச்சித் திட்டங்களால் நிலமிழந்தவர்களுக்கும் நிலம் அளிக்கப்பட வேண்டும். சிறு குறு விவசாயிகள், விவசாயத் தொழிலாளர்களின் கடன்கள் ரத்து செய்யப்பட வேண்டும்.

அவர்களுக்கு வட்டியில்லாக் கடன் வழங்கப்பட வேண்டும். இந்தத் துறையில் தமது உழைப்பைச் செலுத்தி வாழ்ந்த, 60 வயதுக்கு மேற்பட்டோருக்கு ஓய்வூதியம் வழங்கப்பட வேண்டும். தற்கொலை செய்து கொள்ளும் நிலைக்குத் தள்ளப்பட்ட விவசாயிகள் அனைவரின் குடும்பங்களுக்கும் நிவாரணம் அளிக்க வேண்டும் என்பதைக் கூற வேண்டியதேயில்லை. விவசாயத்தில் ஈடுபட்டிருக்கும் அனைவரும் கூறமுடியாத துன்பங்களை அனுபவித்து வருகின்றனர் என்பதோடு, நான் ஏற்கெனவே கூறியது போல் அவர்கள் அதிலிருந்து வெளியேறும் நிலைக்குத் தள்ளப்படுகின்றனர். எனவே கிராமப்புற வேலைவாய்ப்புத் திட்டம் மூலமாக அவர்களுக்கு இருநூறு நாள் வேலை கிடைப்பதை மத்திய அரசு உறுதி செய்ய வேண்டும். சட்டத்தில் நூறு நாட்கள் வேலை வாய்ப்பு அளிக்க வேண்டும் என்று கூறப்பட்டிருந்தாலும் தற்போது முப்பத்தைந்து முதல் நாற்பது நாட்கள்தான் வேலை கொடுக்கப்படுகிறது. இத்திட்டத்தின் கீழ் தேவையான குறைந்த பட்ச ஊதியத்துக்கு எந்த உறுதியும் இல்லை. எனவே அது ஒரு நாளைக்கு ரூ.300 ஆக நிர்ணயிக்கப்பட வேண்டும்.

பயிரிடுபவரின் செலவை மட்டும் ஈடுகட்டுவதாக மட்டும் இல்லாமல், செலவுக்கு மேல் ஐம்பது சதம் வருமானத்தையும் உறுதிப்படுத்துவது போல் ஒரு குறைந்த பட்ச ஆதரவு விலை நிர்ணயிக்கப்பட வேண்டும். கையிலிருக்கும் ஆதாரத்தை வைத்துக் கொண்டு, இத்தகைய முழுமையான நடவடிக்கையை மத்திய அரசு மட்டுமே எடுக்க முடியும். தேசிய அளவில் பயிர் காப்பீடு திட்டம் ஏற்படுத்தப்பட்டு இயற்கை பேரிடர்களால் ஏற்படும் நஷ்டத்திற்கு போதுமான இழப்பீடு தரப்பட வேண்டும். அவர்கள் இதனை எடுக்க முன்வர வேண்டும், நாம் அதற்கு நிர்ப்பந்தம் கொடுக்க வேண்டும்.

சமீபத்தில், துன்பத்தில் ஆழ்ந்த தமிழக விவசாயிகள் தில்லியில் தமது இருவார எதிர்ப்புப் போராட்டத்தில் ஈடுபட்டிருந்த போது நிர்வாணப் போராட்டத்தில் ஈடுபடுமளவுக்குச் சென்றனர் என்பதை நாம் கண்டோம்.[53] அவர்கள் தமது சொந்த மூத்திரத்தைக் கூடக் குடித்தனர் – அதையும் பிரதமருக்கு முன்னாலேயே செய்தனர். எனினும் அவர்களது கூக்குரலுக்கு யாரும் பதிலளிக்கவில்லை. கடன் தள்ளுபடித் திட்டத்துக்கு மாநிலங்களுக்கு உதவ மறுத்ததன் மூலம் பாஜக இந்த நாட்டின் ஏழை விவசாயிகளுக்கும், விவசாயத் தொழிலாளர்களுக்கும் உதவத் தயாராக இல்லை என்பதைத் தெளிவுபடுத்தி விட்டது.

என்ன நடக்கிறது என்றால், திட்மிட்டு விவசாயம் இலாபமில்லாத தொழிலாக மாற்றப்படுகிறது. பெரும்பாலான நமது விவசாயிகளும், விவசாயத் தொழிலாளர்களும் பயிரிடுவதிலிருந்தும், விவசாயத்திலிருந்தும் வேண்டுமென்றே விரட்டப்பட்டு, அவர்களால் வேறு எதாவது வேலை கிடைத்தால் எடுத்துக் கொள்ளும்படி விடப்படுகின்றனர். ஒவ்வொரு ஆண்டும் லட்சக்கணக்கான விவசாயத் தொழிலாளர்கள் நாடு முழுவதிலும் பெருநகரங்களுக்கு இடம் பெயர்ந்து வருகிறார்கள். இது பெரும் கார்ப்பரேட்டுகள் பெரிய அளவில் விவசாயத்தை எடுத்துக் கொள்ள வழிவகுக்கும். இதை தேச நலன் என்ற பெயரில் ஆளும் வர்க்கங்கள் ஆதரிக்கும். நமக்கு வாழ்வதற்கு உணவு தேவை. அதை விவசாயிகள் செய்ய முடியவில்லை என்றால் அதை செய்ய முடிந்தவர்கள் செய்ய அனுமதிக்கப்படட்டும் என்ற கோஷம் பொதுவானதாகி விடும் என்பதில் சந்தேகமில்லை.

அதேபோல் தொழில்நுட்பத் துறையிலும், ரியல் எஸ்டேட் தொழிலிலும் அவர்களது சகாக்கள் பெற்றது போல் இந்த கார்ப்பரேட்டுகளுக்கும் பெரிய அளவில் மானியங்கள் கொடுக்கப்படும். இத்தகைய மானியங்கள் நமது விவசாயிகளுக்கு ஆண்டுக்காண்டு மறுக்கப்பட்டு விவசாயத்தை முதலில் இலாபமற்றதாக்கி விடுகிறது. வேலையில்லாமல் செய்யப்பட்ட விவசாயிகள் இந்தப் பெரிய பண்ணைகளில் வேலையாட்களாக கார்ப்பரேட்டுகளால் அமர்த்தப்படுவர். ஒரு புது வகையான நிலப்பிரபுத்துவம் வரவுள்ளது.

விவசாயத்தில் பெரும் கார்ப்பரேட்டுகள் ஈடுபடுவது மட்டுமல்லாமல், அவர்கள் கால்நடைப் பராமரிப்பிலும், உணவுப் பொருட்கள் பதப்படுத்தலிலும் ஈடுபடப்போவதையும் நாம் காணப் போகிறோம். இப்போது பதஞ்சலி மத்திய அரசின் நியாயமற்ற

53. *'தமிழ்நாடு விவசாயிகள் பிரதமரின் வீட்டுக்கு வெளியே கைது', தி இந்து, 2017, ஜூலை 16.*

ஆதரவைப் பெறுவதைக் காண்கிறோம். இத்தகைய மேலும் பல நிறுவனங்கள், குறிப்பாக கால்நடைப் பராமரிப்புத் துறையில் தோன்றும். கால்நடை வர்த்தகத்தில் சமீபத்தில் விவசாயிகள் மீது சுமத்தப்பட்டுள்ள கட்டுப்பாடுகளால் நமது விவசாயிகள் துன்புறும்போது இது நடக்கும்.[54] மத உணர்வு என்ற திரைமறைவின் பின்னால் என்ன நடக்கிறது என்பதை சந்தேகமில்லாமல் புரிந்து கொள்ளுங்கள். முதலில் வகுப்புவாத வெறுப்பைக் கிளறி விட்டு, பின்னால் ஒரு சராசரி இந்திய விவசாயியும், வர்த்தகரும் விட்டுச் செல்லும் காலியிடத்தை பெரும் கார்ப்பரேட்டுகளைக் கொண்டு நிரப்ப தயாரிப்பு நடக்கிறது. தற்போதைய மத்திய அரசின் திட்டமிட்ட நகர்வுகள் மூலம் அவர்கள் அவ்வாறு செய்ய நிர்ப்பந்திக்கப்படுகின்றனர். இந்த அரசின் தாக்குதல்கள் மூலமாகத் தமது வாழ்க்கையை இழந்தவர்கள் மீண்டும் இத்தகைய பெரிய வர்த்தக நிறுவனங்களில் தமது வாழ்க்கையை நடத்துவதற்காக வேலையில் சேருவார்கள். தமது வருமானத்துக்காகவும், வாழ்க்கைக்காகவும் மேலும் மேலும் இந்தியர்கள் சர்வதேச நிதி மூலதனத்துடன் நேரடியாக இணைவர். நமது சுதந்திரப் போராட்டத்தின் போது சங் பரிவாரம் காலனியாதிக்க வாதிகளை ஆதரித்தது என்றால் இப்போது அவர்கள் பெரிய கார்ப்பரேட்டுகளை ஆதரிக்கின்றனர். தேசிய நலன் என்ற பொய்க் காரணம் கூறி நமது விவசாயத்திலும் அதன் தொடர்புடைய தொழில்களிலும் அவர்கள் நுழைவது ஆதரிக்கப்படும்.

நமது தேச நலன்களுக்கு ஊறு விளைவிக்கக்கூடிய எந்த ஒப்பந்தத்தின் மீதான விமர்சனமும் தேச விரோத உணர்வு என்று ஒதுக்கித் தள்ளப்படுகிறது. குறிப்பாக விமர்சனத்தை இடதுசாரிகள் முன்னின்று நடத்தும்போது, தள்ளி விடப்படுகிறது. போருக்கு அலைவதைக் கேள்வி கேட்பதும், ஆயுதப்படை சிறப்புச் சட்டத்தை விலக்கிக் கொள்ளுமாறு கேட்பதும் இராணுவ விரோதமாகி விடுகிறது. இடதுசாரிகள் நமது ராணுவ வீரர்களுக்குப் போதுமான ஊதியத்தையும், பலன்களையும் கொடுக்குமாறு போராடுவது வசதியாக மறந்து போகிறது. பணமதிப்பிழப்புக்கு எதிராக இடதுசாரிகள் பேசுவது பயங்கரவாத ஆதரவாக சித்தரிக்கப்படுகிறது. தனியார் சேவை அளிப்போருக்கு அதனால் ஏற்படும் பலன் பொதுமக்களின் கவனத்தில் சேராமலிருக்க இது செய்யப்படுகிறது.

54. பிரியங்காபதக்-நாராயன், காட்மேனிலிருந்து தொழிலதிபர், பாபா ராம்தெவ் குறித்து சொல்லப்படாத கதை, புதுதில்லி, 2017,ல் ஜகர்நாட்.

கால்நடை விற்பனை மீதான கட்டுப்பாடுகளால் விவசாயிகளின் உரிமைகள் முடக்கப்படுவது பற்றி இடதுசாரிகள் பேசும்போது, அது மத உணர்வைப் புண்படுத்துகிறது. இடதுசாரிகளின் எதிர்ப்பானது வெறும் உணவுத் தேர்வுக்காக மட்டுமே நடத்தப்படுகிறது என்று பொது உணர்வில் குறைந்து போன நிலையில், புதியதாராளமயத்தை தடுக்கும் விவாதம் ஓரங்கட்டி விடப்படக்கூடாது.

ஆர்.எஸ்.எஸ். ஒரு சமூகக் கலாச்சார அமைப்பு என்ற போர்வையில் இயங்குகிறது. ஆனால் அது உண்மையில் செய்வதெல்லாம் வகுப்புவாத, தேசியவாத ஆவேசத்தை ஏற்பதற்கான களத்தைத் தயார் செய்வதே ஆகும். அதை ஆட்சேபிப்பவர்கள் இந்தப் பாதையை ஏற்கச் செய்ய அது வன்முறையைக் கையில் எடுக்கிறது. அதே சமயம், இவையனைத்துக்கும் நடுவில், நாட்டில் தாராளமயத்தை மேலும் வலுப்படுத்தும் கொள்கைகளை பாஜக அமல்படுத்துகிறது. பாஜக அரசுகள் சங் பரிவாரம், குறிப்பாக ஆர்.எஸ்.எஸ்.சின் சட்டவிரோத மீறல்களை மென்மையாக நடந்து கொள்கிறது. ஆர்.எஸ்.எஸ்.சால் தலைமை தாங்கப்படும் இந்தக் குழுக்கள், கலவரத்தை ஏற்படுத்துவதற்கான களத்தைத் தயார் செய்கின்றன. வகுப்புவாத, 'தேசியவாத' உணர்வுகள் உச்சத்துக்குச் சென்றுள்ள இந்தச் சூழலில் பாஜக தலைமையிலான மத்திய அரசு பொது மக்கள் ஏற்பைப் பெற்றுள்ளது.

மாட்டிறைச்சித் தடை, பணமதிப்பிழத்தல், பாகிஸ்தான்மீது துல்லியத் தாக்குதல்கள், கல்வி நிலையங்கள் மீது தாக்குதல் போன்றவை திடீரென நிகழ்ந்ததாகவும், தொடர்பற்றவையாகவும் மக்களுக்குத் தோன்றும் போது, ஆர்.எஸ்.எஸ்.சின் வகுப்புவாத நிகழ்ச்சி நிரலில் சவாரி செய்துகொண்டே பாஜக திட்டமிட்டு அரங்கேற்றும் புதிய தாராளமய நிகழ்ச்சிநிரலுடன் தொடர்பு கொண்டவையாகும். இரண்டும் ஒன்றுக்கொண்டு உதவிக் கொண்டே, பரஸ்பரம் இலாபமடைபவை.

எனவே வகுப்புவாதத்தையும், புதிய தாராளமயத்தையும் தனித்தனியே எதிர்த்துப் போராட முடியாது; ஒரே நாணயத்தின் இருபக்கம் என்ற முறையில் அவை இரண்டும் சேர்ந்தே எதிர்கொள்ளப்பட வேண்டும். இந்தியப் பின்னணியில், வகுப்புவாதமும், புதியதாராளமயமும் நமது அரசியல் சாசனத்தின் அடிப்படைக் கொள்கைகளான சுதந்திரம், ஜனநாயகம், மதச்சார்பின்மை, சோசலிசம் மற்றும் கூட்டாட்சிக்கு ஊறு விளைவிக்கும் என்ற புரிதலுடன் எச்சரிக்கையுடன் அவற்றுக்கு எதிராகப் போராட

வேண்டும். அரசியல் சாசனத்தின் அடிப்படைக்கொள்கைகளை உயர்த்திப் பிடிப்பதுதான் உண்மையான தேசியவாதத்துக்கு இறுதியான சவாலாக இருக்க வேண்டும்.

இந்த வகுப்புவாத-கார்ப்பரேட் கூட்டுக்கு மாற்றாக நாங்கள் கேரளத்தில் விவசாயத்துக்குச் செய்வதைக் கூறி நான் முடிக்க விரும்புகிறேன். நாங்கள் விவசாய உற்பத்தியில் தன்னிறைவை அடைவதில் உறுதியாக இருக்கிறோம். கேரளத்தில் இடதுசாரி அரசு முன்னெடுத்திருக்கும் ஹரித கேரளம் திட்டத்தின் மூலம் நாங்கள் கழிவுகளை மேலாண்மை செய்வது மட்டுமல்ல பல பத்தாண்டுகளாக பயிரிடாமல் இருக்கும் விவசாய நிலங்களை மீட்டெடுப்பது, தரிசு நிலங்களை எடுத்து, அந்த நிலங்களிலும் விவசாயம் நடப்பதை உறுதி செய்யப்போகிறோம்.

விவசாயக் கடன்களைத் தள்ளுபடி செய்தல், ஒப்பந்த விவசாயத்துக்கு ஊக்கமளித்தல் ஆகியவை மூலம் விவசாயத்தில் ஈடுபட்டிருப்போருக்கு நாங்கள் உதவி அளிக்கிறோம். தன்னிறைவை அடைய வேண்டும் என்ற எங்கள் இலட்சியம் வெற்றி பெற அரசாங்கமே முன்னின்று பயிரிடும் நிலங்களை அதிகரிக்கவும், விவசாயிகளுக்கும், விவசாயத் தொழிலாளர்களுக்கும் ஊக்கத்தொகைகளை அளிப்பதிலும் செயல்படுகிறது. எங்கள் இலட்சியம் நெல்பயிர் விவசாயத்தை 3 லட்சம் ஹெக்டேர்களுக்கு விரிவுபடுத்துவதாகும்.

பொதுமக்களுக்கு இயற்கையான, பூச்சிக்கொல்லி இல்லாத விவசாயப் பொருட்கள் நியாயமான விலைக்குக் கிடைப்பதற்காக நாங்கள் பல விழாக்களை நடத்தியுள்ளதுடன், விவசாயப் பொருட்களுக்கான கொள்முதல் விலையையும் உயர்த்தியுள்ளோம். கேரளத்தின் விவசாயப்பொருட்கள் ஆதரவு பெறுவதை உறுதிப்படுத்த நாங்கள் கேரளத்தின் மதிப்புக் கூட்டப்பட்ட பொருட்களுக்காகப் பூங்காக்களை அமைக்கிறோம். அதுவும் விவசாயத்தைத் தொடர மக்களுக்கு ஊக்குவிப்பாக அமையும்.

படித்த இளைஞர்களும் விவசாயத்தில் ஈடுபடும் அளவுக்கு அது இலாபகரமானதாக இருக்க வேண்டும் என்பதை நாங்கள் உணர்கிறோம். எனவே விவசாயத்தில் ஈடுபடுவோருக்கு குறைந்தபட்சக் கூலியையும், காப்பீட்டையும் நிறுவும் திசையில் நாங்கள் செல்கிறோம். எங்கள் குழந்தைகள் தாவரங்களுக்கும், விவசாயத்துக்கும் அறிமுகமாகும் வகையில் பள்ளிகளிலும் நாங்கள் உயிரியல் பூங்காக்களை அறிமுகம் செய்கிறோம்.

புதிய தாராளமயம் எப்படி நமது விவசாயத்தை ஸ்தம்பிக்கச் செய்து, அதில் ஈடுபட்டிருப்போரை மண்டியிடச்செய்கிறது என்பதை நான் ஏற்கனவே விரிவாக விளக்கி விட்டேன். இப்போது விவசாயத்தில் 100% அன்னிய மூலதனம் அனுமதிக்கப்படுகிறது. இது மேலும் நெருக்கடியை அதிகரிக்கவே செய்யும். இந்திய விவசாயம் ஒட்டுமொத்தமாக பன்னாட்டுக் கார்ப்பரேட்டுகளின் தாளத்துக்கு ஆட வேண்டிய நிலை ஏற்படும். எதைப் பயிரிட வேண்டும், எப்போது பயிரிட வேண்டும், யார் அதைப் பயிரிட வேண்டும், எங்கு பயிரிட வேண்டும் என்பதெல்லாம் கார்ப்பரேட்டுகளால் தீர்மானிக்கப்படும். இதை நாம் அனுமதிக்க முடியாது. இறுதியாக, அவர்கள் நமது பயிர்களுக்கு என்ன விலை என்பதையும் அவர்களே தீர்மானிப்பார்கள். இது அப்படி நடக்கக் கூடாது. இந்த முடிவை மத்திய அரசு உடனே திரும்பப் பெற வேண்டும்.

தேசிய அளவில் நமது விவசாயத் தொழிலாளர்களுக்கும், விவசாயத்துக்கும் சாதகமான ஒரு மாற்றை உறுதிப்படுத்த இடதுசாரிகள் வலுப்படுத்தப்பட வேண்டும். தேசிய அளவில் இப்படி ஒரு மாற்று அமலானால்தான் நமது விவசாயமும், அதில் ஈடுபட்டிருப்போரும் சந்திக்கும் பிரச்சனைகளுக்கு உண்மையான, நீண்ட காலத் தீர்வைக் கண்டு பிடிக்க முடியும். இடதுசாரிகள் மட்டுமே புதியதாராளமயத்தைத் தடுத்து, தோற்கடிக்க முடியும் என்பதை நான் வலியுறுத்திக் கூற வேண்டியதில்லை.

எனவே புதிய தாராளமயத்தை முறியடிக்க, நாம் தொழிலாளர்கள், விவசாயிகள், இளைஞர்கள், மாணவர்கள், தலித்துக்கள், பழங்குடியினர், பெண்கள் போன்றோருடன் சாதிகள், மதங்கள், பிரதேசங்கள், மொழிகள் ஆகியவற்றைத் தாண்டி கூட்டணி அமைக்க வேண்டிய நேரம் இப்போது வந்துள்ளது. விவசாயத் தொழிலாளர் சங்கம் வருங்காலத்தில் இந்தத் திசையில் ஒரு முன்னணிப் பாத்திரத்தைத் தொடர்ந்து வகிக்கும் என்பது நிச்சயம்.

மீண்டும் உங்கள் அனைவருக்கும் எனது புரட்சிகர வணக்கம்.

புரட்சிகர சமூக மாற்றத்துக்கான போராட்டத்தில் பழங்குடியினர் ஒரு முக்கியமான படையினர்

வரலாற்றுச் சிறப்புமிக்க ஆதிவாசி அதிகார் ராஷ்ட்ரிய மஞ்ச்சின் தேசிய மாநாட்டில் கூடியுள்ள அனைத்துப் பிரதிநிதிகளுக்கும், விருந்தினர்களுக்கும் என் புரட்சிகர வணக்கங்கள்.[55]

நாடு முழுவதிலுமுள்ள பழங்குடியினரின் சமத்துவம் மற்றும் நீதிக்கான முற்போக்குக் கருத்துக்களால் அடையாளப்படுத்தப்படும் ஒரு சகாப்தத்துக்காகப் போராடும் வீரமிக்க போராளிகள் நிறைந்த இந்தக் கூட்டத்தில் மிகப்பெரும் மகிழ்ச்சியுடன் நான் உரையாற்றுகிறேன். 2010ஆம் ஆண்டில் அது இந்தியாவிலுள்ள பழங்குடியினரின் உரிமைகளைப் பாதுகாக்கவும், அவர்களது முன்னேற்றத்துக்காகவும் தேசிய அளவில் திறனுடைய ஒரு இயக்கத்தைக் கட்டி ஒருங்கிணைக்கவும் உருவாக்கப்பட்டது. அப்போது முதலே அது ஏராளமான போராட்டங்களில் ஈடுபட்டுள்ளது. எனவேதான் மேலும் மேலும் அதிகமான பழங்குடி மக்கள் இந்த இயக்கத்தை நோக்கி ஈர்க்கப்படுகின்றனர்.

நமது நாட்டின் பல்வேறு சமூகக் குழுக்களின் ஒடுக்குமுறைகளையும், சுரண்டல்களையும் குறிப்பான வார்த்தைகளில் பேசாத, புரட்சிகர சமூக மாற்றத்துக்கும், நீதிக்குமான எந்த ஒரு இயக்கமும் முன்னேற முடியும் என்ற நம்பிக்கை கொள்ள முடியாது. பட்டியலின சாதியினரும், பட்டியலினப் பழங்குடியினரும் நாட்டில் சமூக, பொருளாதார ஒடுக்குமுறையையும், சுரண்டலையும் எதிர்கொள்கின்றனர். பெண்கள் பாலின அடிப்படையில் பாகுபாட்டையும், ஒடுக்குமுறையையும் சந்திக்கின்றனர், சிறுபான்மையினர் அவர்களது மத நம்பிக்கையின் அடிப்படையில் பாகுபாட்டை சந்திக்கின்றனர்.

மஞ்ச் குறிப்பிடத்தக்க முன்னேற்றங்களை அடைந்துள்ளது குறித்து நான் மகிழ்கிறேன். ஏனெனில் அது தனது பொறுப்புகளையும், வாய்ப்புகளையும் முழுமையாக உணர்ந்துள்ளது. எனவே அரசு பயங்கரவாதம் என்ற வடிவில் நம்மில் பலர் அனுபவித்து வரும் கடும்

---

55. 2017, ஜூலை 20 அன்று ஆந்திரபிரதேசம், விசாகப்பட்டினத்தில் 'ஆதிவாசி அதிகார ராஷ்ட்ரிய மஞ்ச்சில் ஆற்றிய உரை.

ஒடுக்குமுறையின் இந்தக் காலத்தில் நீங்கள் இந்தப் போராட்டத்தை முன்னெடுத்துச் செல்வதற்கு எனது வாழ்த்துக்களைக் கூற இந்த வாய்ப்பைப் பயன்படுத்திக் கொள்கிறேன். நான் உங்கள் ஒவ்வொருவருக்கும் எனது வீர வணக்கத்தைத் தெரிவித்துக் கொள்கிறேன்.

வரலாற்று ரீதியாக, நமது பழங்குடி சமூகங்கள் நமது காலனியாதிக்க ஆட்சியாளர்களுக்கு எதிராகவும் நிலப்பிரபுத்துவ அடிமைத்தனத்துக்கு எதிராகவும் நடந்த போராட்டங்களில் புகழ்மிக்க பங்கை வகித்திருக்கின்றனர். இந்திய சுதந்திரப் போராட்டத்தில் பழங்குடி சமூகத்தினரின் பங்கை சுயநல சக்திகள் நிச்சயமாக குறைத்தே பேசுகின்றனர். கோல், சந்தால், குரிச்சியா எழுச்சிகளும், பிர்சா முண்டா, ஆந்திராவின் அல்லூரி சீத்தாராம ராஜூ போன்ற புரட்சிகரத் தலைவர்களும் நமது வரலாற்று விவரிப்பில் முதன்மையான பங்கைப் பெறாமல் இருப்பதை வேறு எப்படி விளக்க முடியும்?

அநீதிக்கெதிரான தடுப்புப் போராட்டங்கள் மற்றும் வீரமிக்க செயல்களின் பாரம்பரியம் இந்தியா முழுவதும் பரவியுள்ள பல பழங்குடி சமூகத்தினரின் கலாச்சாரத்துக்குள்ளும், பாரம்பரியத்திலும் ஆழமாக வேரூன்றியுள்ளது. இன்றைய பின்னணியில் பழங்குடியினரின் பெரும்பான்மையினர் சுரண்டப்படும் வர்க்கத்தைச் சேர்ந்தவர்கள். எனவே அவர்கள் புரட்சிகர மாற்றத்துக்கான போராட்டத்தின் மிக முக்கியமான படையாக இருக்கிறார்கள்.

காலனியாதிக்க காலத்திலிருந்து இந்தியாவிலுள்ள பழங்குடியினர் மீதான சுரண்டல் என்பது நிலத்திலிருந்தும், வாழ்க்கையிலிருந்தும், வன ஆதாரங்களிலிருந்தும், அவர்களது வசிப்பிடங்களிலிருந்தும், வன்முறை மூலமாகவும், நிர்ப்பந்தம் மூலமாகவும் அவர்களை அன்னியப்படுத்தல் என்பதுதான் முக்கியமான குணாம்சமாக உள்ளது. இந்த நிகழ்வு விடுதலைக்குப் பின்னால் அடுத்தடுத்த அரசுகள் பின்பற்றிய முதலாளித்துவத்தின் கொள்கைகளால் வேகப்படுத்தப்பட்டது.

இந்த அன்னியப்படுத்தல் இன்றைய பாஜக தலைமையிலான தேஜகூ அரசால், அது பிரதேசத்துக்குப் பிரதேசம் வேறுபட்டால் கூட தீவிரப்படுத்தப்பட்டுள்ளது. அரசும் அதன் கூட்டாளிகளும் 'பாரத மாதா' என்ற பெயரை வைத்துக் கொண்டு கூக்குரலிட்டுக் கொண்டிருக்கின்றன. ஆனால் உண்மையில் அவர்கள் கார்ப்பரேட்டுகள் நிலத்தை நேர்மையின்றிச் சுரண்ட அனுமதித்துக் கொண்டிருக்கிறார்கள்.

இந்தச் சுரண்டலுக்கெதிராக பல்வேறு மாநிலங்களில் எழும் எழுச்சிகளை அடக்க அவர்கள் போலீஸ் படைகளை இறக்குகின்றனர். இதுதான் பாஜக தலைமையிலான தேஜகூ அரசின் 'தேசியவாதம்'.

நமது மனங்களில் குழப்பங்களை உருவாக்கி நம்மை விடலைத்தனமான, தீவிர முறைகளில் இறக்கி விடுவதற்காக ஆளும் வர்க்கங்கள் தாமே உருவாக்கும் முறைகளை அடையாளம் கண்டு அன்னியப்படுத்த நாம் தயங்கக்கூடாது. நமது நிலம், உயிர், வாழ்வாதாரங்கள் மீது கார்ப்பரேட்டுகள் நடத்தும் தாக்குதலைத் தடுப்பது என்ற போர்வையில் இத்தகைய முயற்சிகள் ஒட்டுமொத்த மக்கள் இயக்கத்துக்கும் பெரிய ஊறையே விளைவிக்கும். நாம் அதை எச்சரிக்கையுடன் இருந்து அம்பலப்படுத்த வேண்டும்.

தற்போதைய புதிய தாராளமயக் கொள்கைகளின் சகாப்தத்தில், முதலாளித்துவம் வேகமான, ஆக்ரோஷமான செயல்பாடுகள் மூலம் பழங்குடிகள் குடியிருக்கும் கிராமங்களுக்குப் பரவி கார்ப்பரேட்டுகள் பழங்குடி, வன நிலங்களை எடுத்துக் கொண்டிருக்கின்றன. அரசாங்கத்தின் கொள்கைகள் சுரங்கம் தோண்டுதலுக்கும், கல்குவாரிகளுக்கும் வசதி செய்கிறது. நாட்டின் மிகவும் ஏழ்மையான மக்களான பழங்குடியினர் நாட்டில் வளமான கனிமங்கள் நிறைந்திருக்கும் நிலத்தில் வாழ்கின்றனர் என்பது பெரும்சோகமான நிதர்சனம். மதிப்புமிக்க இரும்புத் தாது, பாக்சைட், நிலக்கரி, கல் குவாரிகள் போன்றவை அரசியலமைப்புச் சட்டத்தின் ஐந்தாவது செட்யூல் அல்லது பழங்குடியினர் அதிகம் இருக்கும் பகுதிகள் எனக் குறிப்பிடப்பட்டுள்ள பகுதிகளில் உள்ளன. முதலாளிகள்– வர்த்தகர்கள்-ஒப்பந்ததாரர்கள் – அதிகாரிகளின் கூட்டு பெரும் கார்ப்பரேட்டுகள், பன்னாட்டு கார்ப்பரேட்டுகளின் தரகர்களுடன் இணைந்துள்ளது. பெருமளவில் அவர்களை பழங்குடி நிலங்களிலிருந்து அப்புறப்படுத்தி அதைக் கைப்பற்றுவதற்காக இந்த இணைவு நடந்துள்ளது.

மூலதனம் பெருமளவில் தேவைப்படும் தொழில்கள் வேலைவாய்ப்பற்ற வளர்ச்சியை திணித்துக் கொண்டிருக்கும் நிலையில்தான் பழங்குடியினர் இடம் பெயர்வோராக வேறு இடங்களில் வேலை தேடத் தள்ளப்படும் போக்கு நடந்து வருகிறது. பழங்குடியினரின் பழைய உலகம் அழிக்கப்படுகிறது. ஆனால் மாற்றுக் கட்டுமானங்களில் பழங்குடியினர் தாம் கடைக்கோடியில் இருப்பதைக் காண்கின்றனர். 'நவீன இந்தியா' என்று அழைக்கப்படுவதுடன் இணைவதிலிருந்து தடுக்கப்படுகின்றனர்.

பழங்குடி வாழ்க்கையின் நிதர்சனம் இந்தியாவை ஒரு நவீன ஜனநாயகக் குடியரசு என்று அழைப்பதன் கேலிக்கூத்துதான்.

இந்தியாவில் முதலாளித்துவ வளர்ச்சிப் பாதையால் உருவாக்கப்பட்டு, அதிகரிக்கப்பட்ட ஆழமான பிரதேசப் பாகுபாடுகளும், அசமத்துவங்களும் பழங்குடி மக்கள் விஷயத்தில் மேலும் வேகப்பட்டுள்ளன என்ற உண்மை இன்னும் சோகமானது. பழங்குடி மக்களின் குடியிருப்புக்கள் மிகவும் தொலைதூரத்திலும், சுற்றுச்சூழலில் கடுமையான பிரதேசத்திலும், வளமான நதிக்கரைகளிலிருந்து தூரத்திலும் இருப்பதால், அவற்றுக்கு மையப்படுத்தாததும் குறிப்பிட்ட பகுதியை மையமாகக் கொண்டதுமான வளர்ச்சி அணுகுமுறை தேவை. இத்தகைய அணுகுமுறையானது அவர்களின் சமூகத்திற்குமுள்ள ஜனநாயகக் கட்டுமானங்களை வலுப்படுத்தி தமது நிலத்தையும், வாழ்வாதாரங்களையும் பாதுகாக்க முன்கை முடிவுகள் எடுக்கும் திறனை அவர்களுக்குக் கொடுத்திருக்கும். அது அவர்களுக்கு கல்வி, சுகாதாரம், குடியிருப்புப் பகுதி வசதிகள் போன்ற உரிமைகளை அடையவும் உதவியிருக்கும். ஆனால் அதற்கு மாறாக, அரசு கருதும் தேவைகளின்படி பழங்குடி மக்களை குடியமர்த்துவது, அகற்றுவது என்ற பிரிட்டிஷ் காலனியாதிக்கக் கொள்கைகள்சுதந்திர இந்தியாவிலும் தொடரும் அம்சங்களாகி விட்டன.

தற்போது இத்தகைய கொள்கைகள் பழங்குடிப் பகுதிகளில் இருக்கும் கனிம வளங்களை அடையும் உடனடியான கார்ப்பரேட் தேவைகளால் நிர்ணயிக்கப்படுகின்றன. ஜனநாயகம் பழங்குடிப் பகுதிகளில் குரூரமாக கசாப்புச் செய்யப்படுகிறது. இது பழங்குடிச் சமூகத்தினர் அவர்களது சொந்த நிலத்திலேயே ஆக்கிரமிப்பாளர்களாக மாற்றும் அரசின் தன்னிச்சையான முடிவுகளில் பிரதிபலிக்கிறது. காட்டின் ஆதாரங்களின் மீது அவர்களது பாரம்பரியமான உரிமைகளும் பொதுவான சொத்துரிமையும் சமூகத்துக்கு நியாயப்படி உரிமையானவற்றுக்கு நீர்த்துப்போன நிலைமைகளும் வரம்புக்குட்பட்ட அனுமதி வழங்குவதன் மூலம் சுருக்கப்பட்டு வெறும் பெருந்தன்மையின் அடையாளமாகிவிட்டது.

பழங்குடியினருக்கு உண்மையில் சொந்தமான நிலத்தை மனம்போனபடி ஆக்கிரமிப்பதற்கு எதிரான பெரிய சவாலாக வன உரிமைச் சட்டம் *(2006)* பார்க்கப்படுகிறது. எனவே, பழங்குடி கிராம சபைகள் அதிகாரமற்றவைகளாக மாற்றப்படுகின்றன. கூடுதலாக, வன

உரிமைச்சட்டத்தின்படி அனுப்பபப்படும் விண்ணப்பங்கள் மீது நடவடிக்கை எடுப்பது வேண்டுமென்றே தாமதிக்கப்படுகிறது. ஆயிரக்கணக்கான ஹெக்டேர் வன நிலங்கள் இப்போதுதான் களத்துக்கே வந்திருக்கும் சுரங்க நிறுவனங்களுக்கு அள்ளிக் கொடுக்கும் அதே வேளையில், பல பத்தாண்டுகளாக முன்னோர் நிலத்தில் இருப்பதற்கு வனவாசிகள் நிரூபணத்தைக் காட்ட வேண்டும். இந்த மாநிலத்தில் கூட, விண்ணப்பித்தவர்களில் ஐம்பது சதவீதத்தினர்தான் வன உரிமை ஆவணங்களைப் பெற்றுள்ளனர். இந்த நிலையில்தான் வன உரிமைச் சட்டத்தை அமல்படுத்தியதை ஆய்வு செய்யவும், கண்காணிக்கவும் தேசிய அளவில் ஒரு குழுவை அமைக்கக் கோரும் நமது கோரிக்கை முக்கியத்துவமுடையதாகிறது.

இன்றைய இந்தியாவில் பழங்குடியினர் எங்கு இருக்கிறார்கள் என்று பார்ப்பது அவசியமாகிறது. தற்போது, பல பழங்குடியினர் ஏழைகளாகவும், விளிம்புநிலை விவசாயிகள் பலர் நிலமற்ற விவசாயத் தொழிலாளிகளாக உள்ளனர். நில உடைமையாளர்களாகவும் உள்ளனர். சிலர் தோட்டங்களிலும், சுரங்கங்களிலும், குவாரிகளிலும் வேலை செய்கின்றனர். சிலர் கட்டுமானம் போன்ற முறைசாராத் தொழில்களில் தினக்கூலிகளாகவும், ஒப்பந்தத் தொழிலாளர்களாகவும், விவசாயமல்லாத தொழில்களில் தினக்கூலிகளாகவும் வேலை செய்கின்றனர். வேறு பலர் நகரங்களில் வீட்டுத் தொழிலாளர்களாக, தொழிலாளர்களுக்குள்ள எந்த உரிமைகளும் இல்லாமல் இருக்கின்றனர். அனைத்துக்கும் மேலாக பெரும்பகுதி பழங்குடியினர் இடம்பெயர்ந்த தொழிலாளர்களாக உள்ளனர்.

இட ஒதுக்கீடு மூலமாகக் கல்வி பெற்று, குறிப்பாக பொதுத்துறை நிறுவனங்களில் வேலை பெற்றுள்ள மிகக்குறைந்த பகுதியினரும் கூட பல்வேறு வகையான பாகுபாடுகளைசந்திக்கின்றனர். பழங்குடியினரில் வேலை பெற்றோர் மிகவும் குறைந்த பகுதியினர். ஏனெனில் மத்தியிலும், பல மாநிலப் பொதுச்சேவைகளிலும் இடஒதுக்கீட்டுக் கோட்டாக்களை நிரப்புவதில் முழுமையான அக்கறையின்றி இருக்கின்றது. இத்தகையதொரு தொடர்ச்சியான முயற்சி பழங்குடியினரை பொதுச்சேவைத் துறையிலிருந்து முழுமையாக அன்னியப்படுவதற்கு நிச்சயமாக இட்டுச் செல்லும். இது நமது நாட்டின் தேசிய ஒருமைப்பாட்டைக் கூட பாதிக்கும் தீவிரமான விஷயம். சேவைகளிலிருந்து பழங்குடியினர் அப்புறப்படுத்தப்படுவதானது அவர்களை மேலும் மேலும் தனியார் நிறுவனங்களின் கருணையின் கீழ் தள்ளி விடும். தனியார்

நிறுவனங்கள் தொழிலாளர் சட்டங்கள் மீது கடுகளவு மரியாதை உள்ளவை. இதை பழங்குடியினர் பணி செய்யும் அனைத்து இடங்களிலும் காண முடியும்.

பழங்குடியினரில் வேலை செய்வோரில் பெரும் பகுதியினர் பெண்கள். பல பிரதேசங்களில், பழங்குடிப் பெண்கள்தான் அவர்களது குடும்பத்துக்கு முக்கியமான வருமானத்தை ஈட்டித் தருபவர்கள். அவர்கள் பொருளாதாரச் சுரண்டலை மட்டுமல்ல, ஒப்பந்ததாரர்கள், வனக்காவலர்கள் மற்றும் போலீசின் பாலியல் கொடுமைகளையும் அடிக்கடி எதிர்கொள்கின்றனர். இந்த அனைத்துப் பகுதி பழங்குடியினரையும் ஒன்று சேர்க்கும் ஒரே பொதுச் சரடு, அவர்கள் சந்திக்கும் பல்வேறு வகை, அளவுகளிலான ஒடுக்குமுறை என்ற உண்மைதான். சமத்துவத்திற்கும் நியாயத்திற்குமான நமது சாம்ராஜ்ஜியத்தில் அவர்கள் நமது தோழர்களாக கூடியவர்கள். ஆதிவாசிகள் மீது நடத்தப்படும் சுரண்டல் மற்றும் ஒடுக்குமுறை இரண்டுக்கும் தெளிவான அம்சங்கள் உள்ளன. முதல் அம்சம் முதலாளித்துவம் மற்றும் புதியதாராளமயக் கொள்கைகள் அவர்களது வாழ்க்கை மீதும் வாழ்வாதாரங்கள் மீதும் தொடுக்கும் தாக்கம் பற்றியது. மற்றொரு அம்சம், பழங்குடியினரின் வாழ்க்கை மீது அரசியல், சமூக, கலாச்சாரப் பின்னணி பற்றியது. இவை இரண்டும் ஒன்றுக்கொன்று தொடர்புடையவை.

புதியதாராளமயக் கொள்கைகள் பழங்குடியினரின் வாழ்க்கை முறைகளைப் பல்வேறு வழிகளில் ஆழமாக பாதிக்கின்றன. இந்தியக் கலாச்சாரம் என்று தற்போது சித்தரிக்க முயற்சிக்கப்படுவது போல பழங்குடியினருக்கென்று ஒரே தனிப்பட்ட கலாச்சாரமோ, அடையாளமோ கிடையாது. ஆனால் நாடு முழுதுமுள்ள 700 பழங்குடி சமூகக் குழுக்களிடையே வளமான கலாச்சார வெளிப்பாடுகள், பல்வேறு பழங்குடி மொழிகள், பேச்சு வழக்குகள், இயற்கைப் பாதுகாப்பது தொடர்பான நடைமுறைகள், பல்வேறு வகையான திருமணப் பழக்க வழக்கங்கள், மத, ஆன்மீக வெளிப்பாடுகள் மற்றும் நம்பிக்கைகளைக் கொண்டுள்ளனர். தற்போது பழங்குடியினரை இந்துமயமாக்கும் முயற்சிகள் மூலமாகத் திணிக்க முயலும் சடங்குகளிலிருந்து அவை வேறுபட்டவை.

முதலாளித்துவ உறவுகளை பழங்குடிப் பகுதிகளில் சளைக்காமல் பரப்புதல், சந்தையை விரிவுபடுத்தல், நுகர்வுக் கலாச்சாரங்களை அறிமுகம் செய்தல் போன்றவற்றுக்கு அவற்றுக்கே உரிய எதிர்மறைத் தாக்கங்கள் பழங்குடிச் சமுதாயம் மீது உண்டு. பொதுவாக

பழங்குடியினரின் கலாச்சாரப் பழக்கங்கள் , பொருளாதார நிலை இரண்டையும் செயற்கையாகப் பிரிக்க முயற்சிக்கும் அணுகுமுறை அரசுக்கு உண்டு. பொருளாதார நிலை கலாச்சார நடைமுறைகள் மீது எந்தத் தாக்கமும் செலுத்துவதில்லை என்பது போல் இந்த அணுகுமுறை உள்ளது. ஆதிவாசிகளின் கலாச்சாரத்தை விழாக்களின்போது அவர்களது பாரம்பரிய உடைகள் நடனங்களுடன் பவனி வர வைப்பதாக குறுக்கும் அரசின் நடவடிக்கை அதன் அணுகுமுறையை அடையாளப்படுத்துகிறது.

பழங்குடியினரின் மொழிகள், இலக்கியம், அறிவு, வரலாறுகள் ஆகியவற்றை வளர்த்துப் பாதுகாப்பது என்பது அடுத்தடுத்து வந்த அரசுகள் மொத்தமாகப் புறந்தள்ளிய பகுதிகள். இவை பழங்குடியினர் மீதான ஒடுக்குமுறையின் மேலும் சில பரிணாமங்கள். நம் நாட்டின் பழங்குடியினர் மீதான நலனில் ஆர்வமற்ற அணுகுமுறை நிதி ஆயோக் அமைக்கப்பட்ட பிறகு வெட்டவெளிச்சமாகிவிட்டது. திட்டக் கமிஷன் காலத்தில் பழங்குடி சமூகங்களுக்குப் போதுமான நிதி உதவியை உறுதிப்படுத்தும் விதமாக இருந்த பழங்குடி உபதிட்டம் இப்போது ஒழித்துக் கட்டப்பட்டு விட்டது. அதே சமயம், பழங்குடியினருக்கு அதிகாரமளிக்க இலக்குடன் கூடிய திட்டங்களும் கூடசரியாக அமல்படுத்தப்படுவதில்லை. பழங்குடி மாணவர்களுக்கான உதவித்தொகைகள் சரியாகக் கொடுக்கப்படுவதில்லை, அதற்கான ஒதுக்கீடு வெட்டப்படுகிறது. இது பழங்குடியினர் நமது சமூகத்தின் முக்கிய ஓட்டத்தின் ஒரு அங்கமாகி விடக்கூடாது என்பதை உறுதிப்படுத்துவதற்காகத்தான் செய்யப்படுகிறது. தேசிய நிலை இப்படி இருக்கும்போதுதான் கேரள அரசு தனது பழங்குடி உபதிட்டத்தைக் கைவிடாமல் வைத்துக் கொண்டு மாநிலத்திலுள்ள பழங்குடியினருக்கு அவர்களது மக்கள் தொகைக்கு அதிகப்படியாக தொகை ஒதுக்குகிறது. இதுதான் நாங்கள் அளிக்கும், இடதுசாரி மாற்று.

நாட்டில் வலதுசாரிகள் வலுப்பெற்றுள்ள நிலையில், பழங்குடியினரை ‘இந்துத்துவமாக்குவதற்கு’ பெரும்பான்மை அடிப்படைவாத சக்திகள் அதிக முயற்சிகளை மேற்கொள்கின்றனர். இந்த முயற்சியில் பயன்படுத்தப்படும் இன்னொரு பொதுவான கருவி, அதிகமாக வெளியிலிருந்து நிதியைக் கொண்டு வந்து பழங்குடிப் பகுதிகளில் இந்து ‘கடவுள்களையும்’ இந்துப் பண்டிகைகளையும் வளர்க்க முயல்வதாகும். ஆர்.எஸ்.எஸ். சக சார் கார்யவாகக் கிருஷ்ண கோபால் இந்து சட்டம் பழங்குடியினருக்கும் பொருந்தும் என்று கூறியிருப்பதை நினைவில் கொள்ள வேண்டும்.

நலிந்த பகுதியினரிடையே வேலை செய்யும் அரசு சாரா நிறுவனங்களுக்கு நிதி வரும் வழிகள் குறித்து அரசு போர் தொடுத்திருக்கும் நேரத்தில், பழங்குடியினர் அனுபவிக்கும் சுரண்டலின் வர்க்க இயல்பை முற்றிலுமாக மறைப்பதன் மூலம் பழங்குடியினரின் அடையாளங்களை துண்டாக்கிப் பிரிக்க விரும்பும் வெளிநாட்டு நிதி பெறும் அரசுசாரா அமைப்புகள் பல்வேறு வகையான அடையாள அரசியல்களை உருவாக்குகின்றன. பழங்குடியினரிடையே சங் பரிவாரத்தின் நிகழ்ச்சிநிரலை வளர்த்தெடுக்கும் ஏகல் வித்யாலயாக்கள் மற்றும் பிற ஆர்.எஸ்.எஸ். கிளைகளின் பங்கையும், அவற்றிற்கு நிதியை அளிக்கும் ஆதாரங்களையும் முழுமையாக அம்பலப்படுத்த வேண்டும்.

உழைக்கும் மக்களுக்கான ஒற்றுமையைக் கட்டும்போதும், பழங்குடியினர் உரிமைகளை முன்னேற்றும் போதும், பழங்குடியினரின் கலாச்சாரங்கள், மொழிகள் மற்றும் அடையாளங்களைப் பாதுகாப்பதற்கான ஜனநாயகத் தேவையை சங்கின் முயற்சிகள் கடுமையாக பாதிக்கின்றன. பழங்குடியினரின் அடையாளத்தைப் பாதுகாக்க மிகவும் அத்தியாவசியமான கூடுதல் ஜனநாயகத்துக்கும், அரசியலமைப்புச்சட்டத்தின் எட்டாவது செட்யூலின் கீழ் அவர்களது மொழியை அங்கீகரிக்க வேண்டும் என்ற பழங்குடியினரின் கோரிக்கைகளின்பால் முதலாளித்துவ, நிலப்பிரபுத்துவ அரசு அடிக்கடி எடுக்கும் ஆக்ரோஷமான எதிர்ப்பிலிருந்து இது மிகவும் வெளிப்படையாகத் தெரியும்.

பழங்குடியினர் தமது உரிமைகளுக்காகப் போராடும்போது அதற்கெதிரான அரசு அடக்குமுறை சர்வ சாதாரணமானது. உள்ளூர் போலீஸ், மத்தியப் படைகள், ஒப்பந்ததாரர்கள், கண்காணிப்பாளர்கள் ஆகியோர் அரசு மற்றும் போலீசின் உதவியுடன் கூட அவிழ்த்து விடும் ஒடுக்குமுறைக்குப் பல பகுதிகளில் பழங்குடியினர் இலக்காகின்றனர். சமீப காலத்தில், மாவோயிஸ்டுகளை எதிர்த்துப் போரிடுவது என்ற பெயரில் மத்திய அரசு, குறிப்பாக உள்துறை அமைச்சகம் ஆயுதம் தாங்கிய போலீசையே முழுதுமாக நம்புவதால் குறுகிய பார்வையைக் கொண்ட ஒரு அணுகுமுறையை வகுத்துள்ளது.

இத்தகைய போலீஸ் அத்துமீறல்கள் கார்ப்பரேட் நிறுவனங்களின் நலன்களைப் பாதுகாப்பது என்பதை யாவரும் காண முடியும். பஸ்தார் நிகழ்வே அனைவருக்குமான சிறந்த உதாரணம். அந்தப் பிரதேசத்தில் கார்ப்பரேட் நிறுவனங்களின் பதினான்கு பெரும் திட்டங்கள் உள்ளன. உண்மையில் பழங்குடியினர் மீது அரசு கட்டவிழ்த்து விடும் வன்முறை

போதுமான நிவாரணமும், மீள் குடியமர்த்தலும் கேட்டு அவர்கள் தமது குரலை உயர்த்தாமல் இருப்பதை உறுதிப்படுத்தவே என்பதைப் பார்க்க வேண்டும். இப்போது, தமது நிலங்களிலிருந்து வெளியேற்றப்பட்ட மிகக் குறைந்த சதவீதத்தினருக்குத்தான் நிவாரணமும், மீள்குடியமர்த்தலும் கிடைத்துள்ளது. அதே சமயம், தமது வழிக்கு வராத பழங்குடியினர் மீது மாவோயிஸ்டுகளும் குறி வைக்கிறார்கள். சத்தீஸ்கரில் நிகழ்ந்ததைப் போல் அரசுக்கும், மாவோயிஸ்டுகளுக்கும் இடையிலான போரில் பழங்குடியினர் மாட்டிக் கொள்கிறார்கள். மாவோயிஸ்டுகளை அவர்களது திவாலான தத்துவத்தை அம்பலப்படுத்துவதன் மூலமாக அரசியல் ரீதியாகவும், நிர்வாக ரீதியாகவும் எதிர்கொண்டு போராட வேண்டும்.[56] அப்பாவிகள் மீது அவர்களது தறிகெட்ட வன்முறைகளும், கொடூரமான படுகொலைகளும் நிறுத்தப்பட வேண்டும். அதே சமயம், பழங்குடியினர் மற்றும் அவர்களது போராட்டங்களுக்கெதிராக எந்த விதமான மற்றும் அனைத்து விதமான ஒடுக்குமுறைகளுக்கும், பழங்குடிப் பெண்களுக்கெதிரான அனைத்துப் பாலியல் தாக்குதல்கள், அவமதிப்புக்களுக்கும் எதிராகக் கடுமையான எதிர்ப்பு இருக்க வேண்டும்.

பழங்குடியினர் மீதான ஒடுக்குமுறையை நாம் விவாதிக்கும் போது, மத்தியில் இருக்கும் தற்போதைய அரசில், நமது குடிமக்களின் அனைத்துப் பகுதியினரும் சொல்லாத துன்பத்தை அனுபவிக்கின்றனர் என்பதை நாம் நினைவு படுத்திக் கொள்ள வேண்டும். நாடு கடந்த சில பத்தாண்டுகளில் மிகவும் மெதுவான வளர்ச்சிக் காலத்தை சந்தித்துக் கொண்டிருக்கிறது. அதிகமான வேலைகளை உருவாக்குவோம் என்ற உறுதிமொழி இருக்கட்டும், இருக்கும் வேலைகளைப் பாதுகாக்கக் கூட முடியவில்லை என்ற அளவுக்கு வேலை உருவாக்கம் மிக மோசமாகி விட்டது. நமக்கு நியாயமான உரிமையான பணத்துக்குப் பிச்சையெடுக்க நாம் நிர்ப்பந்திக்கப் படுகிறோம். நமது உணவுப் பழக்கங்களில் கூட அவர்கள் தலையிடுகிறார்கள். மிருகங்கள் மனிதர்களை விட மேலும் அதிகமான முக்கியத்துவம் பெற்று விட்டன. மாணவர்களும், ஆசிரியர்களும் தொடர்ந்து தாக்கப்படுகின்றனர். நமது கல்வி நிறுவனங்களின் சுயாட்சி ஆபத்தில் உள்ளது. போர், எதிரியைச் சாடுவது ஆகியவற்றுக்கு ஆதரவாக ஒரு பைத்தியக்கார ஆவேசத்தைக் கிளப்ப தீவிரதேசியவாதம் முன்னெடுக்கப்படுகிறது. ஒவ்வொரு நாளும் நம்மீது வினோதமான புதிய கதைகள் தொடுக்கப்படுகின்றன.

---

56. மாவோயிசம்: இடதுசாரிவிமர்சனம், பி.போஸ், புதுதில்லி, லெஃப்ட்வேர்ட்புக்ஸ், 2010.

அவை இதை விட வினோதமாக வேறு எதுவும் கிடையாது என்று நம்மை உணர வைக்கின்றன.

இத்தகைய சூழ்நிலைகளில், இத்தகைய பிற்போக்கு விஷயங்களெல்லாம் உண்மையிலேயே மக்களின் வாழ்க்கையையும், அவர்களது வாழ்வாதாரங்களையும் பாதிக்கும் விஷயங்களிலிருந்து அவர்களது கவனத்தை திசைதிருப்புவதற்காகவே என்பதை நாம் மறந்து விடக்கூடாது. குறிப்பாக, மோசமான பொது விநியோகம், மொத்தமாக வேலையின்மை, தேக்கமடைந்த பொருளாதாரம் போன்ற விஷயங்கள். தற்போதைய இந்த பாஜக தலைமையிலான தே.ஜ.கூ அரசின் மந்தப் போக்கையும், செயல்படாத நிலையையும் அம்பலப்படுத்துவதில்தான் நமது உண்மையான சவால் இருக்கிறது. இந்த அரசாங்கம் நமது நாட்டு மக்களிடையே வெறுப்பை விதைப்பது, விரோதத்தை விதைப்பது போன்றவற்றில்தான் திறமையாக செயல்பட்டுள்ளது.

நமது போராட்டங்களை வேகப்படுத்துவதன் தேவையை வலியுறுத்தி நான் முடித்துக் கொள்கிறேன். வர்க்கப் போராட்டங்களில் மற்ற சுரண்டப்பட்ட வர்க்கங்களுடன் பழங்குடியினரையும் ஒன்று திரட்டுவது முதன்மையானது. அதே சமயம், மேல்குடி ஆதிக்க சாதி கலாச்சாரங்களில் வேர் கொண்டுள்ள பழங்குடிக்கு எதிரான பாகுபாடுகளை அடையாளம் கண்டு அவற்றுக்கு எதிராகப் போராடுவதும் சமமான முக்கியத்துவம் உடையது. அவர்கள் பழங்குடியினரை இரண்டாந்தரக் குடிமக்களாகவும், கீழான பிறவிகள் என்றும் பார்க்கின்றனர்.

பழங்குடியினரின் உயிர், உரிமைகள், நிலம், வாழ்வாதாரம், கலாச்சாரங்கள், மொழிகள் ஆகியவற்றைப் பாதுகாப்பதும் அதே அளவு முக்கியத்துவமும், தீர்மானகரமானதும் ஆகும்.

பழங்குடியினரின் நீதிக்கான அக்கறைகள் மற்ற முதலாளித்துவ எதிர்ப்பு, நிலப்பிரபுத்துவ எதிர்ப்பு இயக்கங்களுடன் சமமான இடத்தைப் பெற வேண்டும். வேறு வார்த்தைகளில் சொல்வதானால் மக்கள் இயக்கங்களுடன் சமமான இடத்தைப் பெற வேண்டும்.

எனவே ஆதிவாசி அதிகார் ராஷ்ட்ரிய மஞ்ச் வரும் காலத்தில் இந்தக் கடுமையான பணியை புதுப்பிக்கப்பட்ட ஊக்கத்துடன் எடுத்துக் கொள்ளும் என நான் நம்புகிறேன். அது நாம் நமது இலக்கை அடையும் வரை சமத்துவத்துக்கும், நீதிக்குமான போராட்டம் தொடர்வதை உறுதி செய்ய வேண்டும்.

மீண்டும் ஒருமுறை அனைவருக்கும் புரட்சிகரமான வாழ்த்துக்கள்.

மலபார் முஸ்லிம்களும் இடதும்

நீண்டகால காலனியாதிக்க எதிர்ப்புப் போராட்டம் மற்றும் மறுமலர்ச்சிப் பாரம்பரியத்தின் பின்னணியில் மலபாரிலுள்ள முஸ்லிம் மக்களின் முன்னேற்றத்துக்கு இடதுசாரி எடுத்த நிலைப்பாட்டை விளக்குவதே இந்தக் கட்டுரையின் முயற்சி[57] முஸ்லிம் மக்களின் பிரச்சனைகளைத் தீர்க்க இடதுசாரிகள் குறுக்கிடுவதில்லை என்று வேண்டுமென்றே சிலர் பிரச்சாரத்தை முன்னெடுக்க முயற்சி செய்கின்றனர். இந்தப் பின்னணியில்தான் முஸ்லிம் மக்களின் வளர்ச்சி மற்றும் முன்னேற்றத்தில் இடதுசாரிகள் எடுத்த நடவடிக்கைகள் குறித்த விசாரணை தொடர்புடையாகிறது. இஸ்லாம் தோன்றியது முதல் அது வரலாற்றில் வகித்த பங்கின் அனைத்து தனித்துவமிக்க அம்சங்கள் குறித்தும் சரியான பார்வையை எடுக்க கம்யூனிஸ்ட் கட்சி தயாராக இருந்தது. அரபு மக்கள் உலகுக்கு அளித்த பங்குகளை வெளிச்சமிட்டுக் காட்ட கம்யூனிஸ்ட் கட்சியின் அமைப்பாளர்கள் எப்போதும் தயக்கம் காட்டியதில்லை. தொடக்கத்திலிருந்தே கேரள கம்யூனிஸ்ட் இயக்கம் இதே பாரம்பரியத்தைத் தொடர்கிறது, எதிர்காலத்திலும் தொடரும்.

அரபிகளின் பங்களிப்பு

அராபியாவின் தனிப்பட்ட புவியியல் அமைப்பால் அங்கு விவசாயம் சாத்தியமில்லை என்பதால், அரபிகள் மற்ற பிரதேசங்களிலிருந்து உணவைக் கொண்டு வரவும், தமது வாழ்வாதாரத்தை வர்த்தகத்திலிருந்து பெறவும் முயன்றனர். உலகெங்கும் பயணிப்பதன் மூலம் வேறு இடங்களிலிருந்து அரபுகள் பெற்ற அறிவைப் பரப்புவதில் அவர்கள் ஆற்றிய பங்கை மார்க்சும் ஏங்கெல்சும் வெளிச்சமிட்டுக் காட்டினர்.

இயற்கையின் இயக்கவியல் புத்தகத்தின் முன்னுரையில் ஏங்கெல்ஸ் உலகில் நடைபெற்ற புத்துயிர்ப்பை விளக்குகிறார். உலகின் பல்வேறு பகுதிகளில் அரபுகள் பெற்ற அறிவின் அடிப்படையில் ஐரோப்பியர்கள் பல கண்டுபிடிப்புகளைச் செய்தனர் என்ற உண்மையை அவர் இங்கு சுட்டிக் காட்டுகிறார். சமீபகாலத்திய ஆய்வில் கேரளத்திலிருந்தும் அரபுகள் சில அறிவாக்கங்களைத் திரட்டியதாகத் தெரிய வந்துள்ளது. கம்யூனிஸ்டுகள் அரபு மக்களின் பங்களிப்புக்களுக்கு மரியாதை செலுத்துகின்றனர்.

மார்க்சும், ஏங்கெல்சும் உலக மதங்கள் குறித்து ஆழமான ஆய்வுகளைச் செய்துள்ளனர். அவர்கள் இஸ்லாத்தின் உருவாக்கத்தை ஆய்வு செய்து,

---

57. மார்க்சிஸ்ட், 2014, மார்ச்.

அது சமூகத்தில் ஏற்படுத்திய மாற்றங்களைக் கவனமாகப் பதிவு செய்தனர். அவர்களைப் பொறுத்த வரை, இஸ்லாம் ஒருபுறம் வர்த்தகத்திலும், வணிகத்திலும் ஈடுபட்டிருக்கும் நகர்ப்புற மக்களுக்கும் பொருத்தமான ஒன்றாக மறுபுறம், ஊர்சுற்றிகளான அரபுகளுக்கும் பொருத்தமான ஒன்றாக இருக்கிறது. ஏங்கெல்ஸ் செல்வமிக்க நகர்ப்புற மக்களுக்கும், ஏழை ஊர்சுற்றி அரபுகளுக்கும் இடையிலான முரண்பாட்டால்தான் இஸ்லாம் உருவானது என்ற பார்வையை முன்வைத்தார். மேலும் ஒரு தலைமுறை அரபி தேசிய உணர்வின் கோரிக்கைகளின் உடனாக இஸ்லாம் எழுச்சி பெற்றது என்று ஏங்கெல்ஸ் கூறுகிறார். இந்த அரபு தேசிய உணர்வுதான், ஒரு தொடக்க பாணியில் அரபிகள் அராபிய தீபகற்பத்தை அபிசினியாவிலிருந்து விடுவித்து அவர்கள் முன்பு இழந்த பழைய வர்த்தக வழிகளை மீண்டும் பெற வைத்தது.

கேரளத்தில் இஸ்லாம் நுழைகிறது

அரபிக் கடலில் கேரளம் பெற்றிருக்கும் சாதகமான இடம் அராபியாவுடன் நீண்ட நாள் உறவுக்கு இட்டுச் சென்றது. இஸ்லாம் உருவாவதற்கு முன்பே அராபுகளுடன் கேரளம் வர்த்தக உறவுகளை வளர்த்தெடுத்திருந்தது. இஸ்லாம் அராபியாவில் உருவானதும், அரபு வர்த்தகர்கள் மூலமாக நம் நாட்டுக்கு அந்த செய்தி வந்து சேர்ந்தது.

இஸ்லாத்தின் சிந்தனைகளுக்கு கேரளத்தின் கடற்புறப் பகுதிகளில் நல்ல வரவேற்பு கிடைத்தது. முதல் மசூதி ஒரு முக்கியமான வர்த்தக மையமாக இருந்த முசிரிசில் (தற்கால கொடுங்கலூர்) கட்டப்பட்டது. மலபாரில் அரபுகள் வர்த்தக உலகில் ஆதிக்கம் செலுத்தினர். ஆனால் அவர்கள் நம் நாட்டில் தமது அரசியல் அதிகாரத்தை உருவாக்கவோ, தமது அரசியல் அதிகாரத்தை உபயோகித்துத் தமது வர்த்தகத்தை விரிவாக்கவோ முயலவில்லை.

1498இல் போர்த்துகீசியர்கள் கேரளத்துக்கு வந்து சேர்ந்து, அங்கும், அரபிக் கடலிலும் வர்த்தகத்துக்காக அரபுகளுடன் போட்டியிடத் தொடங்கினர். ஜமோரின்கள் வர்த்தகத்தில் அரபுகளின் தனியாதிக்கத்தை முடிவுக்குக் கொண்டு வர வேண்டும் என்ற போர்த்துகீசியரின் கோரிக்கைகள் ஏற்கவில்லை.. போர்த்துகீசியர்கள் உள்ளூர் அரசர்களுக்கு இடையில் இருக்கும் முரண்பாடுகளில் ஈடுபடுவதன் மூலம் தமது அதிகாரத்தை நிலைநாட்ட முயற்சி எடுத்தனர். போர்த்துகீசியர்களுக்கும், அரபுகளுக்கும் இடையிலான முரண்பாடு அதிகரித்தது மட்டுமல்ல, அது முஸ்லிம் மக்களின் உலகிலும் நுழைந்தது. போர்த்துகீசியர்களின் வலிமை கடலில் தெளிவாகவே இருந்தது. காரணம் அவர்களது

கப்பல்படையின் வலிமை. நாயர் சிப்பாய்கள் ஒரு மதக் கட்டுப்பாடு காரணமாகக் கடலுக்குச் செல்ல முடியவில்லை. ஜமோரின்கள் கடலுடன் தொடர்புடைய வர்த்தகத்தில் ஈடுபட்டிருந்த முஸ்லிம்களை போர்த்துகீசியர்களுக்கு எதிராக ஆயுதம் ஏந்துமாறு அணிதிரட்டினர். ஜமோரின்கள் மூலமாக இஸ்லாம் போர்த்துகீசியருக்கு எதிரான போரில் அணிதிரட்டப்பட்டனர். நாயர் இராணுவம் தரையில் போர் நடத்தும் பொறுப்பை எடுத்துக் கொள்ள, குன்ஹாலி மரைக்காயர் கடலுக்குக் போரை எடுத்துச் சென்றார். இந்தக் கூட்டணியில் முதல் 'ஏகாதிபத்திய எதிர்ப்பு' இயக்கம் மலபாரில் உருவானது. இந்த அனுபவம் மூலமாக, அரக்கல் வம்சாவழி ஆட்சி வலுவான கடற்படையை உருவாக்கியது. போர்த்துகீசியர்கள் கடலோரப் பகுதிகளில் மக்களை மதமாற்ற முயன்றபோது, முஸ்லிம்கள் அதற்கெதிராகப் போராடினர். இந்த எதிர்ப்பு போர்த்துகீசியர்கள் தமது ஆதிக்கத்தை கேரளத்தில் நிலைநிறுத்துவதிலிருந்து தடுத்தது. போர்த்துகீசியர் ஆதிக்கத்தின் முக்கிய மையமான கண்ணூரில் உள்ளூர் மக்கள் போர்த்துகீசியர்களின் ஏகாதிபத்தியக் கொள்கைகளுக்கு எதிராகப் போராடினர். கண்ணூரில் போர்த்துகீசியக் கோட்டையைச் சுற்றி முஸ்லிம்கள் பெரிதும் குடியேறியிருந்ததால், அங்கு தொடர்ந்து அவர்களுக்கும், போர்த்துகீசியர்களுக்கும் இடையில் முரண்பாடுகள் வெடித்தன. போர்த்துகீசியர்களுக்குப் பிறகு தமது ஆதிக்கத்தை நிலைநிறுத்திய பிரிட்டிஷ் அப்போது நிலவிய நிலப்பிரபுத்துவ முறையை வலுப்படுத்தியது.

விவசாயப் போராட்டங்களும் கம்யூனிசமும்

இஸ்லாம் சாதி ஏற்ற தாழ்வுகள் இல்லாததாக இருந்ததால், தீண்டத்தகாதவர்களாகக் கருதப்பட்டவர்களில் சில பகுதியினர் இஸ்லாத்தைத் தழுவினர். இந்திய முஸ்லிம்கள், இந்த தொடக்க காலத்தில் முக்கியமாக ஒடுக்கப்பட்ட சமூகப் பகுதிகளிலிருந்து மதம் மாறியோரே ஆவர். அவர்கள் நிலப்பிரபுத்துவ முறையின் காலடியில் வாழ்ந்து வந்தனர். நிலப்பிரபுத்துவ ஒடுக்குமுறைக்கு எதிரான எதிர்ப்பு இங்கிருந்துதான் எழுந்தது. அவர்களது எழுச்சி மலபார் மாப்பிளா கலகம் என்று அறியப்படுகிறது. 1921இல் ஏற்பட்ட இந்த எழுச்சிக்கு முன்பு பல போராட்டங்கள் நடந்தன.

பிரிட்டிஷ் மாமாபரம் ஃபசல் போக்கோயா தாங்கலை (1848) மஜேரிக் கிளர்ச்சிக்கும், குலத்தூர் கலகத்துக்கும்*1851), மட்டனூர் கலவரத்துக்கும்(1952) தலைமை தாங்கியதற்காக 1852இல் மலபாரிலிருந்து வெளியேற்றியது. இந்த வெளியேற்றம்

மாப்பிளாக்களின் எழுச்சியைத் தடுக்க முடியவில்லை. பிரிட்டிஷ் இதைக் கலகம் என்று அழைத்தது. மெட்ராஸ் சிவில் சர்வீசில் ஒரு அதிகாரியாக இருந்த ஸ்காட்லாந்து அதிகாரி வில்லியம் லோகன் மலபாரிலிருந்து நிலைமைகளை கவனமாகப் பரிசீலித்து மலபார் மக்களுக்கு ஆதரவான ஒரு அறிக்கையைத் தாக்கல் செய்தார். அது மலபார் கையேடு (1887) எனப்படுகிறது. மாப்பிளாக்கள் தமது மனைவி, குழந்தைகளுக்கு உணவளிக்க அதிகாலையிலிருந்து, அந்திமாலை வரை உழைக்கிறார்கள் என்பதை லோகன் கண்டார். எழுச்சிகளுக்கான காரணம் மதம் சார்ந்ததோ, உணர்வு சார்ந்ததோ அல்ல, மாறாக அடிப்படையில் விவசாயம் சார்ந்ததே என்பதை அவர் சுட்டிக் காட்டினார்.

1921 மாப்பிளா கிளர்ச்சி கலகம் மலபாரின் இந்தக் கலக வரலாற்றைத் தொடர்ந்தது. பிரிட்டிஷார் இந்தக் கிளர்ச்சியைக் கொடூரமாக அடக்கினார்கள். அவர்கள் பல கிளர்ச்சித் தலைவர்களைக் கொன்றார்கள்: அலி முசலியார் தூக்கிலிடப்பட்டார், வரியம்குன்னத்து குன்னா அகமது ஹாஜியும் செம்பசேரி தாங்கலும் சுட்டுக் கொல்லப்பட்டனர். கிளர்ச்சியில் கொல்லப்பட்ட ஆயிரம் பேரில் இவர்கள் மூவர். பிரிட்டிஷ் 14,000 பேரைக் கைது செய்தது. மிகவும் பிரபலமான கொடூரம் ரயில் பெட்டி பெரும்சோகம். 1921, நவம்பர் 17 அன்று பிரிட்டிஷார் 67 கைதிகளை ரயில் பெட்டியில் அடைத்துக் கொண்டு சென்று மூச்சுத் திணறலால் படுகொலை செய்தனர். இந்தக் கொடூரம் தேசிய இயக்கத்துக்கு பொதுவான அனுதாபத்தை உருவாக்கியது. இந்தக் கிளர்ச்சியை ஒரு வகுப்புவாத எழுச்சி என்று தள்ளிவிட பிரிட்டிஷார் முயன்றதற்கு எதிராக முகமது அப்துர்ரகுமான் சாஹிப் ஒரு வலுவான நிலையை எடுத்தார். அவர் இந்தக் கிளர்ச்சியில் இருந்த தேசிய உணர்வைக் கண்டு அதற்கு 'மலபார் கிளர்ச்சி' என்று பெயரிட்டார். அந்த சமயத்தில் முஸ்லிம் லீகும், காங்கிரசும் கிளர்ச்சியை எதிர்த்தன. முகமது அப்துர்ரகுமான் சாஹிப்தான் பிரிட்டிஷுக்கு எதிராகக் கிளர்ந்தெழுந்தவர்களை ஆதரித்தார். முஸ்லிம்களில் பணக்காரர்கள் கிளர்ச்சியை எதிர்க்க, அதன் பின்னால் திரண்டவர்கள் ஏழைகளே ஆவர். பணக்காரர்களை ஆதரித்த முஸ்லிம் லீக் அவர்களது சார்பாகக் கிளர்ச்சியை எதிர்த்தது.

இடதுசாரிகள் முகமது அப்டுர்ரகுமான் சாஹிபை ஆதரித்தனர். அவர் இ.எம்.எஸ். நம்பூதிரிபாட் செயலாளராக இருந்த கேரள பிரதேச காங்கிரஸ் இடதுசாரி கமிட்டியில் தலைவராகக் கலந்து கொண்டார். (இ.எம்.எஸ். பின்னர் மாநிலத்தில் கம்யூனிஸ்ட் கட்சி உருவாக்கத்திற்கு உதவினார்).

திருவாங்கூர், கொச்சி, மலபார் கம்யூனிஸ்ட் கட்சிக் குழுக்கள் மலபார் கிளர்ச்சியின் இருபத்தைந்தாம் நினைவு நாளில் 1946 ஆகஸ்ட் 18-19 ஆகிய தேதிகளில் கோழிக்கோட்டில் கூடின. இக்கூட்டம் '1921-அறைகூவலும், எச்சரிக்கையும்' என்ற தலைப்பில் ஒரு தீர்மானத்தை நிறைவேற்றியது. அதைப் பின்னர் இ.எம்.எஸ். அதே தலைப்பில் ஒரு பிரசுரமாக எழுதி வெளியிட்டார். இந்தத் தீர்மானத்தை வெளியிட்டதற்காக, பிரிட்டிஷ் தேசாபிமானியைத் தடை செய்ய முடிவெடுத்தது. வேறு வார்த்தைகளில் சொல்வதானால், மலபார் கிளர்ச்சியை அதன் உண்மையான உணர்வுடன் ஆய்வு செய்ததற்காக நாளிதழ் தடை செய்யப்பட்டது. சில வகுப்புவாத சக்திகள் இந்தக் கிளர்ச்சியை ஒரு வெறிச்செயலாக, வகுப்புவாதக் கலவரமாகப் பார்க்கின்றனர். ஆனால் இந்தக் கிளர்ச்சிக்கு ஒரு வகுப்புவாத குணாம்சம் ஏற்பட்டுவிடாதிருக்க கிளர்ச்சித் தலைவர்கள் முடிந்தவரை முயற்சி எடுத்தனர். உதாரணமாக, வரியம்குன்னத்து குன்னா முகமது ஹாஜி இது வெறும் முஸ்லிம்களின் கிளர்ச்சி என்ற பார்வையை மறுத்தார். தேசாபிமானியில் சர்தார் சந்திரோத் எழுதிய ஒரு கட்டுரையில் (1946, ஆகஸ்ட் 25) அவர் குன்னா அகமது ஹாஜியின் ஒரு உரையை மேற்கோள் காட்டுகிறார்: 'நேற்று ஒரு செய்தியைக் கேள்விப் பட்டேன். பிற நாடுகளில் இந்தக் கிளர்ச்சி இந்துக்களுக்கும், முஸ்லிம்களுக்கும் இடையிலான ஒரு போர் என்று கூறப்படுகிறது. எங்களுக்கு இந்துக்களிடம் எந்த வெறுப்பும் இல்லை. ஆனால் அரசாங்கத்துக்கு உதவுவோரும், அரசுக்கு எங்களைக் காட்டிக் கொடுப்போரும் இரக்கமில்லாமல் தண்டிக்கப்படுவர். யாராவது இந்துக்களைத் தேவையில்லாமல் துன்புறுத்தினால், அவர்களை நான் தண்டிப்பேன். இந்துக்கள் நமது சகதேசத்தவர்கள். இதை ஒரு முஸ்லிம் நாடாக்கும் எந்த விருப்பமும் எங்களுக்கு இல்லை'.

மலபார் கிளர்ச்சியின் உள்ளடக்கம் ஒரு மத முரண்பாடு என்று கூறுவது தவறானது. கிளர்ச்சியாளர்கள் கிளர்ச்சியைக் காட்டிக் கொடுக்க முயன்றவர்களை மட்டும் கொல்லவில்லை, போலீசுடனும், இராணுவத்துடனும் கைகோர்த்துக் கிளர்ச்சியை ஒடுக்க முயன்ற முஸ்லிம் அதிகாரிகளையும் கொன்றார்கள். கிளர்ச்சியாளர்கள் ஆமு சாகிப், மொஹிதீன் ஆகிய போலீஸ் அதிகாரிகளையும், காட்டிக் கொடுத்த அனக்காயத்தைச் சேர்ந்த செக்குட்டி அதிகாரி போன்றோரையும் கூடக் கொன்றார்கள். கிளர்ச்சி வெறும் மதக் கிளர்ச்சியல்ல.

எனினும், கிளர்ச்சியை சில இடங்களில் மதக் கிளர்ச்சியாக மாற்ற நடந்த போக்குகளை கம்யூனிஸ்ட் கட்சி கவனிக்கத் தவறவில்லை.

எனவேதான் கம்யூனிஸ்ட் கட்சி 'அறைகூவலையும்', 'எச்சரிக்கையையும்' கணக்கில் எடுத்துக் கொண்டது. சில இடங்களில் காரணிகளின் இயக்கமும் இருந்தன என்பதை கம்யூனிஸ்ட் கட்சி பார்த்தது-ஒரு ஏகாதிபத்திய எதிர்ப்புக்கான அறைகூவல் மட்டுமல்ல வகுப்புவாத வழியில் அணிதிரட்டுவதற்கான அறைகூவலுமாகும். மலபார் கிளர்ச்சி லெனினையும் ஈர்த்தது. அவர் அந்தக் காலத்தில் இந்தக் கிளர்ச்சியில் ஏற்பட்ட இந்து-முஸ்லிம் ஒற்றுமையின் முக்கியத்துவத்தைப் பதிவு செய்தார். மாஸ்கோவிலிருந்து இந்தியக் கம்யூனிஸ்டான அபானி முகர்சியிடம் லெனின் இந்தியாவில் விவசாயப் பிரச்சனை குறித்தும், விவசாயிகள் போராட்டம் குறித்தும் கிடைக்கும் உண்மைகளைத் திரட்டிய பிறகு ஒரு பிரசுரத்தைத் தயாரிக்குமாறு கூறினார். அபானி முகர்ஜி ஒரு பொருளாதார நிபுணர். அவர் திரட்டிய தகவல்களை வைத்து அவர் ஒரு பிரசுரத்தை எழுதினார். அது மாஸ்கோவில் ருஷ்ய மொழியிலும், ஆங்கிலத்திலும் வெளியிடப்பட்டது. ரஷ்ய அறிஞரான குடோவ்ஸ்கி மலபார் கிளர்ச்சி குறித்து ஆய்வு செய்து அதற்காக முனைவர் பட்டம் பெற்றார். ஒரு பிரிட்டிஷ் கம்யூனிஸ்டான கொன்ராட் உட்ஸ்சும் கிளர்ச்சி குறித்து ஆய்வு செய்தார். அதுவும் 'மாப்ளா கிளர்ச்சியும் அதன் மூல காரணமும்' என்ற தலைப்பில் *1987*இல் பீப்பிள்ஸ் பப்ளிசிங் ஹவுசால் வெளியிடப்பட்டது. காங்கிரசும், முஸ்லிம் லீகும் மாப்ளா கிளர்ச்சியைக் கைவிட்டதால், அதன் முக்கியத்துவத்தை சர்வதேச அளவில் கொண்டு வந்தது கம்யூனிஸ்டுகள்தான்.

இதற்கு முன் நடைபெற்ற *18*ஆம் நூற்றாண்டு, *19*ஆம் நூற்றாண்டுக் கிளர்ச்சிகளுக்குத் தெளிவாகவே பிரிட்டிஷ் எதிர்ப்பு குணாம்சம் இருந்தது. இதில் பழசி ராஜாவின் கொடியோடு போர்*(1793-1805)*, திருவாங்கூர் வேலுத்தம்பியின் போராட்டங்கள்*(1807)*, கொச்சியைச் சேர்ந்த பலியாத்தச்சனின் போராட்டங்கள் *(1809-1810)* ஆகியவையும் அடங்கும். இந்தப் போராட்டங்களின் தேசபக்தி உள்ளடக்கம் நமது காலத்தில் வலிமையை அளிக்கின்றன. இவற்றைத் தொடர்ந்த போராட்டங்கள் பெரும்பாலும் பிரபுத்துவ தலைவர்களால் தலைமை தாங்கப்பட்டன. இவற்றுக்கு ஒரு நிலப்பிரபுத்துவ எதிர்ப்பு குணாம்சம் ஏற்படத் தொடங்கியது. அதில் மிக முக்கியமானது மலபார் கிளர்ச்சி. இத்தகைய கிளர்ச்சிகள் *19*ஆம் நூற்றாண்டின் தொடக்கத்தில் நடக்கத் தொடங்கியபோது ஒரு இயக்கவியல் பொருள்முதல்வாத அல்லது இடதுசாரி அரசியல் இயக்கங்களோ இல்லை. இந்த இயக்கங்களில் சில பலவீனங்கள் அல்லது வரம்புகள் ஏற்பட்டது இயற்கையே. சீனாவில் விவசாயப் புரட்சிகளின் வரலாற்றை எழுதிய

வரலாற்றாசிரியர்களில் ஒருவரான ஜீன் சீனாக்ஸ் அரசியல் சிந்தனைகளும், அரசியல் இயக்கங்களும் ஒரு தெளிவான இலக்கையும், தலைமையையும் அளிக்காதவரை, மத சிந்தனைகளும், கோட்பாடுகளும் விவசாயப் போராட்டங்களுக்கு ஊக்கத்தைக் கொடுக்க முற்படும் என்று வாதிடுகிறார்.[58] இத்தகைய ஏகாதிபத்திய எதிர்ப்பு, நிலப்பிரபுத்துவ எதிர்ப்புக் கிளர்ச்சிகளின் பாரம்பரியம் பின் ஆண்டுகளில் கம்யூனிஸ்டுகளால் உள்வாங்கப்பட்டு முன்னெடுத்துச் செல்லப்பட்டன. 1940 முற்பகுதியில் கம்யூனிஸ்டுகளின் தாக்கத்தால், கேரளத்தின் சூழல் மாறியது. உதாரணமாக, 1943 வாக்கில், கய்யூர் தியாகிகள் ஏகாதிபத்திய எதிர்ப்பு நிலப்பிரபுத்துவ எதிர்ப்பு முழக்கங்களை எழுப்பியபடி தூக்குமேடை ஏறினர். கம்யூனிஸ்டுகள் செய்ததெல்லாம், மலபார் கிளர்ச்சி உள்ளிட்ட போராட்டங்களின் வரலாற்றில் காணப்பட்ட பலவீனங்களைக் களைந்து அவற்றை முன்னெடுத்துச் சென்றதாகும்.

இடதுசாரி முன்னணியின் அரசு இருந்தபோது, மலபார் கிளர்ச்சித் தலைவர்களான அலி முசலியார் (1861-1922), மாதவன் நாயர் (1882-1933) ஆகியோருக்கு நினைவில்லம் அமைக்கப்பட்டது. சிபிஐ(எம்) தலைவர்களான டி.சிவதாச மேனன் அலி முசலியார் நினைவகத்துக்கும், பாலோலி முமதுகுட்டி மாதவன் நாயர் நினைவகத்துக்கும் அடிக்கல் நாட்டினர். இடதுசாரிகள்தான் மலபார் கிளர்ச்சியின்போது போலீஸ் தலைமை அதிகாரியாக இருந்த ஆர்.எச்.ஹிட்ச்காக்குக்கு வல்லும்புறத்தில் அமைக்கப்பட்டிருந்த நினைவகத்தை அகற்றப் போராட்டம் நடத்தினர். ரயில்பெட்டி பெரும்சோகத்துக்கும், மற்ற கொடூரங்களுக்கும் காரணமானவர் இந்த ஹிட்ச்காக்தான். இந்தக் கிளர்ச்சிக்குப் பிறகு மலபார் சிறப்புப் போலீஸ் சேவைகளில் முஸ்லிம்கள் சேர அனுமதிக்கப்படவில்லை. 1957இல் அமைந்த இடதுசாரி அரசு இந்தத் தடையை அகற்றியது. முஸ்லிம்கள் புனிதத் தலங்களைக் கட்டுவதற்கும் அனுமதிக்கப்படாமல் இருந்தனர். அந்தத் தடையையும் இடதுசாரி அரசு அகற்றியது.

சமூக சீர்திருத்தம்

சமூகத்தில் நவீன சிந்தனைகள் முகிழ்த்தவுடன் சமூகத்தின் மற்ற பகுதியினரைப் போலவே முஸ்லிம்களிடமும் பாரம்பரிய முறைகளிலிருந்து மாறும் சிந்தனை உருவானது. முஸ்லிம் சமூகத்தினரிடமும், மற்ற சமூகத்தினரிடமும் மறுமலர்ச்சி இயக்கங்கள் உருவாயின. புத்துயிர்ப்பு இயக்கத்தின் ஒரு முக்கியமான தலைவர்

58. ஜீன்சீனாக்ஸ், சீனாவில் விவசாயிகள் கலகங்கள், 2840-1949, நியூயார்க்: நார்டன், 1973

சையது சனவுல்லா மட்கி தாங்கல்*(1847-1912)*. அவர் கற்றறிந்த அறிஞர். மலையாளம், அரபு, ஆங்கிலம், உருது, பெர்சியன் மொழிகளை அவர் அறிந்தவர். அவர் பிரிட்டிஷ் அரசில் வேலையில் இருந்தாலும், அதை ராஜினாமா செய்து விட்டு, மத மறுமலர்ச்சிப் பணியைத் தொடங்கினார். மூடநம்பிக்கைக்கும், தீய சடங்குகளுக்கும் எதிராக அவர் போராடினார். முஸ்லிம்கள் தம்மை சீர்திருத்திக் கொள்ள வேண்டும், நவீனக் கல்வி மூலமும் அதைச் செய்ய வேண்டுமென்று அறைகூவல் விடுத்தார். பழமைவாதிகளின் விமர்சனத்துக்கு அவர் தலைவணங்கவில்லை.

சலிலாகத் குன்னாமது ஹாஜி *(1866-1919)* ஒரு ஆசிரியர். அவர் இஸ்லாமிய மதக் கல்வியையும், இஸ்லாமியக் கல்வியையும் பாரம்பரிய முறையிலிருந்து விடுவித்தார். மதக்கல்வியை வலுப்படுத்த தாருல் உலூமுக்குள் மேலும் வெளிப்படைத்தன்மையைப் புகுத்தினார். அவர் பெண்கல்வியின் முக்கியத்துவத்தை வலியுறுத்தினார். ஷேக் முகமது ஹமதானி தாங்கல் *(மறைவு: 1922)* தொலைதூரப் பகுதிகளிலும் பள்ளிகளைத் திறந்து, அதில் பெண்களையும் வரவேற்றார். முதியோர் கல்வி மையங்களை நிறுவினார், சமூகத்துக்கு உதவ நலச் சங்கங்களை உருவாக்கினார். வைக்கம் முகமது அப்துல் காதர் மௌலவி *(1873-1932)* முஸ்லிம் சமூகத்தினரின் உணர்வு நிலையை உயர்த்த ஐக்கிய முஸ்லிம் சங்கம் மூலமாக ஒரு மையமான பங்கை வகித்தார். அவர் சமூக, அரசியல் விஷயங்களில் கவனம் செலுத்திய அல்-இஸ்லாம் *(1918)*, தீபிகா *(1931)* போன்ற முக்கியமான பத்திரிகைகளையும் நடத்தினார். சுவதேசாபிமானி ராமகிருஷ்ண பிள்ளை வைக்கம் மௌலவிக்கு சொந்தமான ஒரு பத்திரிகையில் தமது படைப்பை வெளியிட்டார். மலபார் கிளர்ச்சியின் மூத்த தலைவர்களில் ஒருவரான கட்டிலாசேரி முகமது முசலியார் *(1879-1943)* எரநாட்டிலும், வள்ளுவநாட்டிலும் குத்தகைதாரர்களைத் திரட்டினார். அரக்கல் அரசக் குடும்பத்தினருக்கு ஆசிரியராக இருந்த கொயக்குஞ்சு சாஹிபைப் போல பல முக்கியத் தனிநபர்கள் முஸ்லிம் சமூகத்துக்குள் நவீனக் கல்வி நடைமுறைகளைக் கொண்டு வரக் கடுமையாகப் பாடுபட்டனர். குரானை மொழிபெயர்க்கவே கூடாது என்ற கடுமையான எதிர்ப்புக்கிடையே சி.ஐ.அகமது மௌலவி அதை மலையாளத்தில் மொழிபெயர்த்தார். அந்த மொழிபெயர்ப்பைச் செய்ய முகமது அப்துர்ரகுமான் அவருக்கு ஊக்கமளித்தார். அகமது மௌலவியைத் தொடர்ந்து செக்கானூர் மௌலவி *(1936-1993)* குரானுக்குப் புதிய விளக்கங்களைக் கொடுத்தார். கேரளத்தில் முக்கியமான முஸ்லிம் சமூகம் சன்னி பிரிவைச் சார்ந்தது. கேரளத்தின் சன்னிக்கள் தமது மத நம்பிக்கைகளையும், சடங்குகளையும் கடைப்பிடிக்க அனுமதிக்கும் ஒரு மதச்சார்பற்ற அரசுக்குக் கீழ்

வசிப்பதை ஏற்கிறார்கள். கேரளத்தில் உருவான முஜாஹித் இயக்கம் பெண்களை மசூதிக்குள் அனுமதிப்பது உள்ளிட்டு இஸ்லாமிய நடைமுறைகளை நவீனப்படுத்த முயன்றது. ஆனால் இந்த இயக்கங்கள் தனியாக இல்லை. மதத்தையும் அரசையும் தனித்தனியாகப் பார்க்காமல் மதச்சார்பின்மைக்கு எதிராக ஒரு இஸ்லாமிய அரசை உருவாக்க விரும்பும் ஜமாத் இ இஸ்லாமியும் உள்ளது. ஒரு இஸ்லாமிய அரசை உருவாக்க வேண்டுமென்று ஜமாத் இ இஸ்லாமி முன்வைக்கும் வகுப்புவாத நிகழ்ச்சிநிரல், ஆர்.எஸ்.எஸ். முன்வைக்கும் இந்து அரசு என்பதற்கு இணையானது. இந்த நிகழ்ச்சிநிரல்தான் கேரள சமூகத்திலிருந்து முஸ்லிம்களை தனிமைப்படுத்த சிந்திக்க வைக்கிறது.

நமது காலத்தில்

மத்திய கிழக்கில் அமெரிக்க ஏகாதிபத்தியம் நடத்தும் தாக்குதல்கள் கேரளத்தில் இருக்கும் முஸ்லிம்களிடமும், மற்றவர்களிடமும் ஆழமான பதற்றத்தை உண்டாக்குகின்றன. இது ஏனென்றால், கேரளத்திலிருந்து ஆறு லட்சம் மக்கள் வளைகுடா நாடுகளில் வேலை செய்கின்றனர். உண்மை என்னவென்றால், கேரளத்தில் அடுப்புகள் எரிய வேண்டுமென்றால், இந்தப் பணம் தேவை. வளைகுடாவிலும், அரபு உலகிலும் ஏகபோகத்தை உருவாக்க முயலும் அமெரிக்க முயற்சி பொதுவாக இந்தப் பணியாளர்கள் மீதும் அவர்களது அளிக்கும் நிதியின் மீது அழுத்தத்தை உருவாக்குகிறது. ஈராக்கிலும், ஆஃப்கானிஸ்தானிலும் ஆட்சி மாற்றத்தை ஏற்படுத்திய பிறகு, அமெரிக்கா ஈரானிலும், சிரியாவிலும் சீர்குலைவை உருவாக்க முயல்கிறது. அந்தப் பிரதேசத்தில் இருக்கும் மிகச்சில மதச்சார்பற்ற அரசுகளில் ஒன்றான சிரியாவில் சீர்குலைவை ஏற்படுத்த பயங்கரவாதிகள் ஊக்குவிக்கப் படுகிறார்கள். அமெரிக்காவின் குறுக்கீடுகளை இந்தியாவிலுள்ள முஸ்லிம்கள் எதிர்த்துள்ளனர். அமெரிக்காவின் ஏகாதிபத்தியத்தை இந்தியா போன்ற நாடுகள் தடுக்க முயலாதது மிகவும் தீவிரமான பிரச்சனை. அரபு உலகில் பல தேசங்களுக்கு சோவியத் யூனியன் ஒரு நெருக்கமான கூட்டாளியாக இருந்தது. சோவியத் யூனியன் இருந்தபோது, இப்போது செய்வது போல் அமெரிக்காவால் இப்படிக் குறுக்கிட முடியவில்லை. சோவியத் அதைத் தடுத்தது. சோவியத் யூனியன் அழிந்த பிறகுதான் அமெரிக்காவால் இந்தப் பிரதேசத்தில் தனது போர் இயந்திரத்தை உபயோகிக்க முடிந்தது.

சங் பரிவாரம் இந்தியாவில் இந்துத்துவா நிகழ்ச்சி நிரலை அமலாக்க முயல்கிறது. அயோத்தியாவில் பாபர்மசூதி இடிக்கப்பட்டதானது (1992) மதச்சார்பின்மையையும், ஜனநாயகத்தையும் வேரோடு அறுத்தது. மதச்சார்பற்ற கட்சி என்று கூறிக் கொள்ளும் காங்கிரஸ், சங் பரிவாரத்தின்

ஏற்றத்தைத் தடுக்க முடியவில்லை. காங்கிரஸ் ஆட்சியின் கீழ் உள்ள மாநில அரசு, எதிராக, இடதுசாரி, மதச்சார்பற்ற கட்சிகள் வேண்டுகோள் விடுத்த போதும் தலைமை தாங்க விரும்பவில்லை. இது சிறுபான்மையினரின் ஒரு சிறு பகுதியினரை பயங்கரவாதத்தின் பால் இட்டுச்சென்ற சூழலை உருவாக்கியது. பயங்கரவாதமானது எந்த ஒரு குறிப்பிட்ட மதத்திலிருந்து எழும் நிகழ்வல்ல. மாலேகான், கோவா, மெக்கா மஸ்ஜித் போன்ற இடங்களில் சங் பரிவாரத்தின் தலைமையில் நடத்திய குண்டு வெடிப்புகள் இந்த நிதர்சனத்தை சுட்டிக்காட்டுகின்றன. அதாவது தற்போதைய தேசியப் பின்னணியில் காங்கிரசுக்கும், பாஜகவுக்கும் மாற்றான ஒரு அரசியல் சக்தியை வலுப்படுத்துவது. முக்கியமானது என்பதை நுணுக்கமாக பார்க்க இயலும். காங்கிரசும், பாஜகவும் அவை முன்வைக்கும் பொருளாதாரக் கொள்கை, வெளியுறவுக் கொள்கை உட்பட்ட விஷயங்களில் அமெரிக்க சார்பை பிரதிநிதித்துவப்படுத்துகின்றன.

இந்தியாவின் வேறு எந்தப் பகுதி இஸ்லாமிய சமூகத்தினரைவிட கேரள முஸ்லிம்கள் மிகவும் முன்னேறியுள்ளனர். கேரளத்தின் அனைத்து சிறுபான்மையினரின் மொத்த எண்ணிக்கை கேரள மக்கள்தொகையில் ஏறத்தாழ சரிபாதி. மற்ற மாநிலங்களைப் போல் மதப் பாகுபாடோ, ஒடுக்குமுறையோ இங்கு உணரப்படுவதில்லை. முஸ்லிம் சமூகத்தின் கணிசமான பகுதி செல்வந்தர்களாக உள்ளனர். சமூகத்தின் தலைமை அவர்களிடம் உள்ளது. சிறுபான்மை சமூகத்தினரின் உரிமைகள் என்ற பெயரில் பாதுகாக்கப்படுவது மேட்டுக்குடியினரின் உரிமைகள்தான். அதிகார அரசியலில் குறுக்கிட சமூகத்தின் ஆதரவை அவர்கள் பயன்படுத்துகின்றனர். அதிகாரப்பங்கீட்டுக்காக சமூகத்தின் மேட்டுக் குடியினர் பாஜகவுடன் கூடக் கூட்டணி வைப்பதில் எந்தத் தயக்கமும் காட்டுவதில்லை. முஸ்லிம்களின் உரிமைக்காக நிற்பதாகக் கூறும் முஸ்லிம் லீக்கின் அணுகுமுறை, இந்தப் பணக்காரப் பகுதிகளின் நலன்களை முன்னிறுத்துவதாகவே உள்ளது. ஆர்.எஸ்.எஸ். இந்தப் பணக்காரப் பகுதியினரையும், அவர்களது நலன்களை முன்வைக்கும் முஸ்லிம் லீகையும் சுட்டிக் காட்டியே தனது வகுப்புவாத நிகழ்ச்சி நிரலைப் பரப்ப முயல்கிறது. இந்த வகையில் அவர்கள் முஸ்லிம் மக்களுக்கு எதிராக உணர்வுகளைக் கிளப்ப முயல்கிறார்கள். வலதுசாரியின் அரசியல் கொள்கைகள் வகுப்புவாதக் குவிப்புக்கு இட்டுச் செல்லும் நோக்கமுடையவை. கம்யூனிஸ்ட் இயக்கத்துடன் மோத அவர்கள் சாதி, மத சக்திகளுடன் கைகோர்க்கத் தயாராக இருக்கிறார்கள். இத்தகைய சக்திகள் வலதுசாரியின் நிழலில் வளரத் தொடங்கின. முற்காலத் தேர்தல்களில் பேபூர்-வடகரா கூட்டணிகள் அவர்கள் பாஜகவுடன்

கூடக் கூட்டணி வைக்கத் தயார் என்பதைக் காட்டின. கடந்த நாடாளுமன்றத் தேர்தலில் ஐமுகூ, தேஜகூவுடன் வைத்த கூட்டணி இந்த வகையைச் சார்ந்தது. இடதுசாரிகள் மாநிலத்தை ஆளும்போது இங்கு வகுப்புவாத மோதல்களே இருப்பதில்லை. ஐமுகூ ஆட்சியின்போது அந்த நிலை இருப்பதில்லை. மதத்தை அரசியல் நோக்கங்களுக்கு உபயோகிப்பதன் விளைவு இது. இதில் ஒரு மாற்றம் தேவை.

மலபார் முஸ்லிம்களின் வரலாற்றில் ஆட்சி அதிகாரத்தை நிறுவும் நோக்கத்தைப் பார்க்க முடியாது. அவர்கள் பொதுவாகக் கடைப்பிடித்த வழி அனைத்து மக்களுடன் சேர்ந்து வாழ்வதேயாகும். முஸ்லிம்களிடையே வேலை செய்யும் வகுப்புவாத சக்திகள் அதை நொறுக்கும் தமது அரசியல் நிகழ்ச்சிநிரலை முன்னெடுத்துச் செல்கின்றன. இது முஸ்லிம்களை பொதுவான நீரோட்டத்திலிருந்து அகற்றி பெரும்பான்மை வகுப்புவாதம் வளர வழிவகுக்கும். அனைத்து வகுப்புவாத சக்திகளும் உழைக்கும் வர்க்க இயக்கங்களைக் குறிவைப்பதைக் காண முடியும். பெரும்பான்மை, சிறுபான்மை வகுப்புவாதங்கள் செய்வதெல்லாம் மக்களின் அடிப்பகுதியினரின் நலன்களை அடித்து நொறுக்குவதே ஆகும். வகுப்புவாத சக்திகளின் நிகழ்ச்சி நிரல் மக்களை ஒருவருக்கொருவர் எதிராக நிறுத்துவதாகும். இது எதிர்க்கப்பட வேண்டும். ஒரு பொதுவான வெளி உருவாக்கப்பட வேண்டும். இந்தப் பின்னணியில் பொதுக்கல்வியை வலுப்படுத்துவது மையமான ஒன்று. மத நம்பிக்கை கொண்ட குழந்தைகளும், மத நம்பிக்கையற்ற குழந்தைகளும் கலந்து பயிலும் ஒரு கல்வி நிறுவனம் மதச்சார்பின்மைக்கு ஒரு வலுவான அடித்தளமாக இருக்கும். சாதி-மத சக்திகள் அரசு உதவி பெறாத கல்வி நிறுவனங்களை நடத்துகின்றன. அங்கு குழந்தைகள் தமது சாதியினருடனேயே பயில்கின்றனர். இது ஒரு மதச்சார்பற்ற உணர்வு வளர்வதற்கு இடையூறாக இருக்கிறது. மதச்சார்பின்மையும், ஜனநாயகமும் வளர வேண்டிய ஒரு சமூகத்திற்கு நவீன காலத்துடன் ஒத்துப் போகும் ஒரு பார்வை வளர்வது தேவை. சமூகம் தன்னை விமர்சனம் செய்து கொள்ள இடமிருக்க வேண்டும், பிற்போக்கு நிலை எடுக்கும் முன்னணித் தலைவர்களை விமர்சனம் செய்ய இடமிருக்க வேண்டும். திருமண வயது போன்ற விஷயங்களில் எடுக்கும் இத்தகைய ஆபத்தான நிலைப்பாடுகள் சமூகத்தை பாதிக்கவே செய்யும். பல்வேறு மதச்சமூக உறுப்பினர்களின் வாழ்க்கை முறையை விரிவுபடுத்துவதும், பொது விழாக்கள், குடும்பத்தினர் ஒன்று கூடுதல் (திருமணம், இறப்பு போன்றவை) ஆகியவற்றில் ஒன்றிணைப்பதும் தேவை. மத நம்பிக்கையுடையவர்கள் ஒவ்வொரு மதத்திலும் வகுப்புவாதத்தையும், தீவிரவாதத்தையும் தமது மதத்தில்

பரப்புபவர்களை தனிமைப்படுத்த முன்முயற்சி எடுக்க வேண்டும். காந்திஜி, மௌலானா அபுல் கலம் ஆசாத் உள்ளிட்ட சுதந்திரப் போராளிகள் முன்வைத்த மாதிரி பரப்பப்பட வேண்டும். மதத்துக்குள் புத்துயிர்ப்பின் முன்னேற்றத்துக்கு முற்போக்கு மனம் கொண்ட மக்களால் குறுக்கீடு செய்து வலுப்படுத்த முடிய வேண்டும். சிறுபான்மையினரைப் பொறுத்தவரையில் மதச் சார்பற்ற சமூகம் மிக முக்கியமானது என்றாலும் உண்மையில் அது ஒட்டு மொத்த சமுதாயத்திற்கும் முக்கியமானது.

இத்தகைய ஒரு சமூகத்தை வலுப்படுத்துவதற்கு மாறாக, தீவிர வகுப்புவாத அமைப்புகள் முஸ்லிம் மக்களை முக்கிய நீரோட்டத்திலிருந்து விலகி செல்ல வைக்க முயல்கின்றன. அவர்களது நிகழ்ச்சி நிரலை நாம் தடுக்க வேண்டும். முஸ்லிம்லீக் இத்தகைய சக்திகளால் நிறைந்தது. முஸ்லிம் சமூகத்தில் பணக்காரர்களின் நலன்களைப் பாதுகாப்பதற்கான அவர்களது தலையீடு, ஒரு நல்ல வாழ்க்கைக்காகப் போராடும் பெரும்பான்மை முஸ்லிம்களின் நலன்களுக்கு எதிரானது. ஒருவர் எந்த மதத்தை நம்பினாலும் சரி, வாழ்க்கைப் பிரச்சனைகள் பொதுவானவை. அவை வளப்படுத்தப்பட்டால்தான் பொதுவான பிரச்சனைகளில் ஒற்றுமை புரிந்து கொள்ளப்பட முடியும். சமூக வாழ்வு, அரசியல் வாழ்வின் அம்சங்களில் இத்தகைய ஒரு ஒற்றுமையான நிலைப்பாடே ஒரு சமூகத்திற்கு அவசியமானதாகும். வகுப்புவாத வழிகளில் மிகவும் குறைந்த உரசலே உருவாகும் என்னுமளவுக்கு வாழ்க்கை ஒருங்கிணைப்பை உருவாக்குவதற்கு சிபிஐ(எம்) தன்னை அர்ப்பணித்துக் கொண்டுள்ளது. சமூகப் பிற்படுத்தப்பட்டவர்களின் பிரச்சனைகளைத் தீர்க்கத் தலையிடும் அதே சமயத்தில் கம்யூனிஸ்டுகள் வர்க்க ஒற்றுமையின் அடிப்படையில் சமூக வாழ்வை முன்னேற்ற உழைக்கின்றனர். இந்த விஷயங்களில் இ.எம்.எஸ். முன்வைத்த வழியை கட்சி பின்பற்றுகிறது. மக்களில் துன்புறும் பகுதியினரின் பிரச்சனைகளில் சிறப்பான கவனத்தை செலுத்த கட்சி உறுதி பூண்டுள்ளது. கேரளத்தில் பட்டியலின, பழங்குடியினர், பெண்கள், சிறுபான்மையினர், பிற பிற்பட்ட சமூகத்தினர், முற்பட்ட சாதிகளில் பொருளாதார ரீதியில் பின் தங்கியோர்–இந்த அனைவரும் பிரச்சனைகளை எதிர்கொள்கின்றனர்.[59] ஒவ்வொரு ஒடுக்குமுறையையும் சிறப்பு அழுத்தத்துடன் பார்ப்பது சாத்தியமாக

59. உதாரணத்துக்கு, இ.எம்.எஸ்.நம்பூதிரிபாடின் 'மாதர் இயக்கம் மீதான பார்வை', சோஷியல் சயிண்டிஸ்ட், தொகுதி 4, எண் 40-41, 3975, நவம்பர்-டிசம்பர் மற்றும் 'மீண்டும் சாதிகள் மீதும் வர்க்கங்கள்மீதும்', சோஷியல் சயிண்டிஸ்ட், தொகுதி 9, எண் 12, 1981, டிசம்பர்.

வேண்டும். அந்த அடிப்படையில் கட்சி முஸ்லிம் பகுதியினரின் பிரச்சனைகளைக் கையாள அக்கறை எப்போதுமே எடுத்துக் கொண்டுள்ளது.

கம்யூனிஸ்ட் இயக்கம்தான் சிறுபான்மை மக்களின் கஷ்டங்களை எடுத்துக் கொள்வதற்குத் தொடர்ந்து தலையிட்டது. 1957இல் அமைந்த அரசுதான் இந்தியாவிலேயே முதன் முறையாக முஸ்லிம்களுக்கு இட ஒதுக்கீட்டை அமல்படுத்தியது. நிலச்சீர்திருத்தங்களின் விளைவாக முஸ்லிம் ஒப்பந்ததாரர்கள் நிலச் சொத்துரிமையைப் பெற்றனர். சிறுபான்மையினரின் பொருளாதார நிலையை முன்னேற்ற இடதுசாரி அரசு தலையிட்டது. 1967இல் அமைந்த அரசுதான் மலப்புரத்தைத் தனி மாவட்டமாக உருவாக்கியது. அது முஸ்லிம் சிறுபான்மையினரின் சமூகப் பிறபட்ட நிலையைக் கையாளவும், மலப்புரம் பல்கலைக்கழகத்தை உருவாக்கவும் உதவியது. பொதுக் கல்வி, பொது சுகாதாரத்தைப் பராமரிக்கவும் எடுத்துக்கொண்ட நடவடிக்கைகள் முஸ்லிம் மக்களைப் பொறுத்த வரை நேர்மறை விளைவுகளை உருவாக்கப் பயன்பட்டது.

முஸ்லிம் மக்களின் பிரச்சனைகளை ஆய்வு செய்ய அமைக்கப்பட்ட சச்சார் கமிட்டி இந்தியாவில் சிறுபான்மையினரிடம் நிலவும் பிறபட்ட நிலையை மதிப்பிட்டது. அந்த அடிப்படையில் இடதுசாரி அரசுதான் மாநிலத்தின் பிரச்சனைகளை ஆய்வு செய்து நிவாரண நடவடிக்கைகளை எடுத்தது.

சிபிஐ(எம்) மக்களின் பிரச்சனைகளை எடுத்துக் கொள்வதில் செயலூக்கத்துடன் இருந்துள்ளது – அவர்கள் சாதி, மத நம்பிக்கையுடன் இருந்தாலும் சரி, இல்லாவிட்டாலும் சரி. சாதி, மதங்களின் பெயரில் முரண்பாடுகளை உருவாக்க முயலும் எதிர்ப்புரட்சியாளர்களின் குறுக்கீட்டைக் குலைப்பதே நமது போராட்டங்களின் நோக்கமாகும். கட்சி மதச்சார்பின்மையின் தூண். கேரளத்தின் மதச்சார்பற்ற சமூகத்தை வலுப்படுத்த இடதுசாரி இயக்கம் வலுவாக இருக்க வேண்டும். சிறுபான்மைப் பகுதியினரின் பாதுகாப்புக்கும் இடதுசாரிகளின் வளர்ச்சி அவசியம் என்பதை பகுத்தறியவும் வேண்டும்.

***

www.ingramcontent.com/pod-product-compliance
Lightning Source LLC
LaVergne TN
LVHW060125051026
849517LV00007B/2395
* 9 7 8 9 3 9 1 2 6 2 8 3 9 *